தகவாழில் ஒரு கொலையாளி

சத்யஜித் ரே

தமிழில் : வீ.பா. கணேசன்

KAILASHIL ORU KOLAIYAALI (In Tamil)

by Satyajit Ray

In Tamil: **V.B.Ganesan**

First Edition: November, 2013

Originally Published under the Title *Kailashey Kelenkari* (Bengali)   Published by: Desh - 1973

Published by

BOOKS FOR CHILDREN

im print of Bharathi Puthakalayam

7, Elngo Salai, Teynampet, Chennai - 600 018

Email: thamizhbooks@gmail.com | www.thamizhbooks.com

கைலாஷில் ஒரு கொலையாளி

சத்யஜித் ரே

தமிழில் : வீ.பா. கணேசன்

முதல் பதிப்பு: நவம்பர், 2013

வெளியீடு:

புக்ஸ் ஃபார் சில்ரன்

பாரதி புத்தகாலயத்தின் ஓர் அங்கம்

7, இளங்கோசாலை, தேனாம்பேட்டை, சென்னை – 600 018

தொலைபேசி : 044 24332424,   24332924, 24356935

விற்பனை உரிமை

7, இளங்கோ சாலை, தேனாம்பேட்டை, சென்னை – 600 018

விற்பனை மையம்

திருவல்லிக்கேணி: 48, தேரடி தெரு

வடபழனி: பேருந்து நிலையம் எதிரில் அடையார் ஆனந்தபவன் மாடியில்

பெரம்பூர்: 52, கூக்ஸ் ரோடு | **ஈரோடு:** 39, ஸ்டேட் பாங்க் சாலை

திண்டுக்கல்: 3சி18, எல்.ஜி.பி. காம்பவுண்ட் | **நாகை:** 1, ஆரியபத்திரபிள்ளை தெரு

திருப்பூர்: 447, அவினாசி சாலை | **திருவாளூர்:** 35, நேதாஜி சாலை

சேலம்: பாலம் 35. அத்வைத ஆஸ்ரமம் சாலை, | **சேலம்:** 15, வித்யாலயா சாலை

மயிலாடுதுறை: ரசாக் டவர், 1/,கச்சேரி சாலை | **மதுரை:** 37A, பெரியார் பேருந்து நிலையம்

அருப்புக்கோட்டை: 31, அகமுடையார் மகால் | **மதுரை:** சர்வோதயா மெயின்ரோடு,

குன்னூர்: N.K.N வணிகவளாகம் பெட்போர்ட் | **செங்கற்பட்டு:** 1டி., ஜி.எஸ்.டி சாலை

விழுப்புரம்: 26/1, பவானி தெரு | **சிதம்பரம்:** 22A/ 18B தேரடி கடைத் தெரு, கீழவீதி அருகில்

விருதுநகர்: 131, கச்சேரி சாலை | **கும்பகோணம்:** 352, பச்சையப்பன் தெரு

நெய்வேலி: பேருந்து நிலையம் அருகில் | **வேலூர்:** S.P. Plaza 264, பேஸ் II, சத்துவாச்சாரி

விருதாசலம்: 511A, ஆலடி ரோடு | **தஞ்சாவூர்:** காந்திஜி வணிக வளாகம் காந்திஜி சாலை

தேனி: 12,பி, மீனாட்சி அம்மாள் சந்து, இமால் தெரு | **பழனி:** பேருந்து நிலையம்

கோவை: 77, மசக்காளிபாளையம் ரோடு, பீளமேடு | **திருவண்ணாமலை:** முத்தம்மாள் நகர்

திருச்சி: வெண்மணி இல்லம், களூர் புறவழிச்சாலை | **திருநெல்வேலி:** 25A, ராஜேந்திரநகர்

நாகர்கோவில்: கேவ் தெரு, டோத்தி பள்ளி ஜங்ஷன்

அச்சு : சென்னை மைக்ரோ பிரிண்ட், சென்னை – 29

ஃபெலுடா கதைகள்

சத்யஜித் ரேயின் திரைப்படங்களைப் போலவே அவரது எழுத்துகளும் உலகப் புகழ்பெற்றவை. அவரது கலை மேதைமையை வெளிப்படுத்துபவை. ரேயின் பிரசித்தமான படைப்புகளில் ஒன்று ஃபெலுடா வரிசை கதைகள். இந்தத் துப்பறியும் கதைகளில் வெளிப்படும் அவருடைய எழுத்தின் வேகமும் சீற்றமும் பிரமிப்பூட்டக்கூடியது.

சிறுவயது முதல் துப்பறியும் கதைகள் மீது சத்யஜித் ரேக்கு மிகுந்த ஆர்வம் இருந்து வந்திருக்கிறது. பள்ளிக்கூட நாள்களிலேயே ஷெர்லக் ஹோம்ஸ் கதைகள் முழுவதும் படித்திருக்கிறார். ஒருவகையில் இந்த ஆர்வம்தான் வங்காள இலக்கியத்தின் ஷெர்லக் ஹோம்ஸ் என்று அழைக்கப்பட்ட, ஃபெலுடா கதாபாத்திரம் உருவாவதற்குக் காரணமாக இருந்தது.

ஃபெலுடா கதைகள் அனைத்தும் சத்யஜித் ரே நடத்திய 'சந்தேஷ்' சிறுவர்கள் பத்திரிகையில்தான் முதலில் வெளியானது. ரேயின் அப்பா வழி தாத்தா உபேந்திர கிஷோர் ரேயினால் தொடங்கப்பட்டது 'சந்தேஷ்' பத்திரிகை. அவரது காலத்துக்குப் பிறகு ரேயின் தந்தை சுகுமார் ரே இப்பத்திரிகையை நடத்தினார். ஆனால், பொருளாதார இழப்புகள் காரணமாகத் தொடர்ந்து நடத்த முடியாமல் இடையிலேயே நிறுத்திவிட்டார். சத்யஜித் ரே, மீண்டும் 1961ம் வருடம் 'சந்தேஷ்' பத்திரிகையைத் தொடங்கி, தன் இறுதிக்காலம் வரைக்கும் நடத்தினார். ஃபெலுடா என்ற கதாபாத்திரத்தை உருவாக்கி, 'சந்தேஷில் தொடர்ந்து துப்பறியும் கதைகள் எழுதினார்.

முதல் ஃபெலுடா கதை 'டார்ஜீலிங்கில் ஓர் அபாயம்' 1965ம் வருடம் வெளியானது. அப்பொழுது, தொடர்ந்து ஃபெலுடா கதைகள் எழுதும் திட்டம் எதுவும் ரேயிடம் இல்லை. ஆனால், 'டார்ஜீலிங்கில் ஓர் அபாயம்' கதைக்கு வங்காள வாசகர்கள் மத்தியில் கிடைத்த உற்சாக வரவேற்பு, அவரை தொடர்ந்து

எழுதத் தூண்டியது. ரே, மொத்தம் 35 ஃபெலுடா கதைகள் எழுதியுள்ளார். இதில் 34 கதைகள் அவரது ஆயுள் காலத்தில் வெளியானது. கடைசிக் கதையான 'மாய உலகின் மர்மம்' ரேயின் மறைவுக்குப் பிறகு 1995ம் வருடம் வெளிவந்தது.

துப்பறியும் நிபுணரான ஃபெலுடாவும், அவரது ஒன்றுவிட்ட சகோதரன் தபேஷும் தான் இக்கதைகளின் பிரதான பாத்திரங்கள். தபேஷ் சொல்வது போல கதைகளை எழுதியுள்ளார் ரே. 'தங்கக் கோட்டை' என்ற கதையிலிருந்து துவங்கி, வங்க மொழியில் ஜனரஞ்சகமான மர்மக்கதை எழுத்தாளராகப் புகழ்பெற்ற 'ஜடாயு' என்ற புனைபெயர் கொண்ட லால்மோகன் கங்குலி என்ற கதாபாத்திரம் இந்த இருவரோடும் இணைந்து கொள்கிறது. அவரது முக்கியமான சிறுவர் திரைப்படங்களான 'ஜாய் பாபா பெலுநாத்', 'சோனார் கெல்லா' ஆகியவை முறையே 'பிள்ளை யாருக்கு பின்னே ஒரு மர்மம்', 'தங்கக் கோட்டை' ஆகிய ஃபெலுடா கதைகளை அடிப்படையாகக் கொண்டு எடுக்கப் பட்டவைதான். ரேயின் மகன் சந்தீப் ரேயும் சில ஃபெலுடா கதைகளைத் திரைப்படமாக எடுத்துள்ளார்.

சிறுவர்களுக்காகவும் இளைஞர்களுக்காகவும்தான் ஃபெலுடா வரிசை கதைகளை சத்யஜித் ரே எழுதினார். என்றாலும், பெரியவர்களும் இக்கதைகளை விரும்பிப் படிக்கிறார்கள். வக்கிர உணர்வுகளைத் தூண்டும் துப்பறியும் கதைகளுக்கு மத்தியில், நாகரிகமான ஃபெலுடா கதைகள், துப்பறியும் கதைகளுக்கு ஓர் இலக்கிய அந்தஸ்தை வழங்குகின்றன.

ஆசிரியர்

சத்யஜித் ரே (மே 2, 1921-ஏப்ரல் 23, 1992) இருபதாம் நூற்றாண்டின் மிக முக்கியமான திரைப்பட இயக்குநர்களில் ஒருவர். ஓவியராக வாழ்க்கையைத் தொடங்கிய ரே, மொத்தம் 37 திரைப்படங்களையும், ஏராளமான ஆவணப்படங்களையும் இயக்கியிருக்கிறார். சத்யஜித் ரேயின் முதல் திரைப்படம், 'படேர் பாஞ்சாலி பதினொரு சர்வதேச விருதுகளைப் பெற்றது. 1992ல் ரேவிற்கு வாழ்நாள் சாதனைகளுக்கான ஆஸ்கர் விருது வழங்கப்பட்டது. ரே, ஒரு புகழ்பெற்ற எழுத்தாளரும் கூட. குழந்தைகளுக்காகவும் இளைஞர்களுக்காகவும் நிறைய எழுதியிருக்கிறார். அவரது பன்முகத் திறமையில் ஒரு சிறு பகுதி இந்த எழுத்துக்களில் பிரதிபலிக்கிறது என்றே கூறலாம்.

மொழிபெயர்ப்பாளர்

வீ. பா. கணேசன் 35 ஆண்டுகளாக மொழிபெயர்ப்புப் பணியில் ஈடுபட்டு வருபவர். ஆங்கிலம், தமிழ் இரு மொழிகளிலும் எழுதுபவர். சத்யஜித் ரேயுடன் நேரடியாகப் பழகியவர். சென்னையில் இருந்த மேற்கு வங்க தகவல் நிலையத்தில் உதவி இயக்குநராக இருந்து விருப்ப ஓய்வுபெற்று, தற்போது 'ஹிந்து' நாளிதழின் இணையதளப்பிரிவில் மூத்த உதவி ஆசிரியராகப் பணிபுரியும் கணேசன், வங்காள மொழி நன்கறிந்தவர்.

ஒரு பின்னோட்டம்

முகவை மாவட்டத்தின் சின்னஞ்சிறு கிராமங்களில் உலகப் புகழ்பெற்ற திரைப்படங்களை திரையிட்டு மாற்றுத் திரைப்பட ரசனையை உருவாக்கி வந்தவர் 'குன்னாம் குன்னாம் குர்' அமைப்பின் தலைவர் செல்வம். சிறுவர்களுக்கென புத்தக வெளியீடு என்ற அவரது தாகத்தின் ஒரு பகுதியாக சத்யஜித் ரேயின் ஜெய் பாபா ஃபெலுநாத் என்ற திரைப்படத்தின் மூலக் கதையை தமிழில் கொண்டு வர விரும்பி என்னை அணுகினார்.

சத்யஜித் ரே குடும்பத்துடன் எனக்கு ஏற்கனவே அறிமுகம் இருந்ததால் தமிழ் மொழிபெயர்ப்பிற்கான அனுமதி எளிதாகவே கிடைத்தது. பணி முடிந்த நேரத்திலோ அதை நூல்வடிவில் கொண்டு வரும் நிதியில்லா நிலையை செல்வம் சந்திக்க நேர்ந்தது. கிழக்கு பதிப்பகத்தின் பத்ரி சேஷாத்ரியை அணுகிய போது, ஃபெலுடா வரிசை கதைகளில் நடுவில் ஒன்றை மட்டும் வெளியிடுவதை விட அனைத்துகதைகளையும் கால வரிசையின் அடிப்படையில் சத்யஜித் ரேயின் ஆளுமையை தமிழ் வாசகர்களிடம் கொண்டு செல்வது பொருத்தமாக இருக்கும் என்று ஆலோசனை கூறினார்.

அதன்படியே ஃபெலுடா வரிசை கதைகள் அனைத்தையும் தமிழில் மொழிபெயர்க்கும் உரிமையை சத்யஜித் ரே குடும்பத்தாரிடம் பெற்று முதல் 19 நூல்களை மொழி பெயர்த்து கிழக்கு பதிப்பகத்திடம் வழங்கினேன். அதில் முதல் 9 நூல்களை மட்டுமே அவர்களால் வெளியிட முடிந்தது. 4 ஆண்டுகால மௌனத்திற்குப் பிறகு பாரதி புத்தகாலய நிர்வாகி அவரது சிறுவர் வெளியீட்டு பிரிவில் மீண்டும் முழுமையாகக் கொண்டு வரலாம் என ஆலோசனை வழங்கினார். அதன்படி இப்போது முதல் 20 நூல்கள் உங்கள் கைகளில்.

சத்யஜித் ரேயின் பன்முக ஆளுமையை தமிழுக்கு அறிமுகம் செய்ய விரும்பிய 'குன்னாம் குன்னாம்குர்' அமைப்பின் தலைவர் செல்வம், அதை முழுமையாக கொண்டு செல்ல வேண்டும் என்ற உந்துதலை உருவாக்கிய கிழக்கு பதிப்பக நிறுவனர் பத்ரி சேஷாத்ரி, அவரது உதவியாளர் மருதன், இந்த முயற்சியை மீண்டும் உயிர்ப்பித்து அடுத்த கட்டத்திற்கு முன்னேற்றியுள்ள பாரதி புத்தகாலய தோழர்கள் மற்றும் அனைவரையும் இத்தருணத்தில் நினைவு கூர்ந்து நன்றி பாராட்டுகிறேன்.

வீ. பா. கணேசன்

ஒன்று

ஜூன் மாத மத்தியில்தான் இது நடந்தது. நான், எனது பள்ளி இறுதித் தேர்வுகளை எழுதிவிட்டு முடிவுகள் வெளிவருவதற்காகக் காத்திருந்தேன். இன்று, நானும் ஃபெலுடாவும் ஒரு சினிமாவுக்குச் செல்வதாக இருந்தது. நாங்கள் புறப்படுவதற்குச் சரியாகப் பத்து நிமிடங்களுக்கு முன்னால் மழை பலமாகப் பெய்யத் தொடங்கியது. எனவே, சினிமாவுக்குப் போகிற திட்டத்தைக் கைவிட்டு விட்டோம். இப்போது, நான் வரவேற்பறையில் அமர்ந்து, டின்டின் கேலிச் சித்திரக் கதை ஒன்றை 'திபெத்தில் டின்டின்' படித்துக் கொண்டிருந்தேன். துணிச்சலான நிகழ்ச்சிகள், வேடிக்கைகள், மர்மங்கள் அனைத்தும் நிறைந்த இந்த கேலிச் சித்திரக் கதைகள் எனக்கும் ஃபெலுடாவுக்கும் மிகவும் பிடிக்கும். ஏற்கெனவே, இதுபோன்ற மூன்று கதைகள் என்னிடம் இருக்கின்றன. இந்தக் கதை புதியது. நான் படித்து முடித்ததும் தருவதாக ஃபெலுடாவிடம் உறுதியளித்திருந்தேன். ஃபெலுடா, திவானில் காலை நீட்டிப் படுத்துக் கொண்டு, 'கடவுள்களின் தேர்கள்?' என்ற புத்தகத்தைப் படித்துக் கொண்டிருந்தார். கிட்டத்தட்ட அதை முடித்துவிட்டார்.

சிறிது நேரத்துக்குப் பிறகு, புத்தகத்தை மூடி நெஞ்சின் மீது வைத்துக்கொண்டு மேலே ஓடிக்கொண்டிருந்த மின்விசிறியை அசையாமல் உற்றுப் பார்த்தார், ஃபெலுடா. பின்பு அவர் சொன்னார்: 'கிஸாவில் உள்ள பிரமிடுகளில் எத்தனை கற்கள் அடுக்கி வைக்கப்பட்டிருக்கின்றன என்று உனக்குத் தெரியுமா? மொத்தம் இரண்டு லட்சம் கற்கள்!'

ஏன் திடீரென்று அவருக்கு பிரமிடுகளில் ஆர்வம் வந்திருக்கிறது? அவர், மேலும் தொடர்ந்து சொன்னார்: 'அதில் ஒவ்வொரு கல்லும் கிட்டத்தட்ட பதினைந்து டன் எடை இருக்கும். பழங்காலத்திய பொறியியலைப் பற்றித் தெரிந்த வரையில் ஒரு

நாளில் பத்து கற்களுக்கு மேல் மெருகேற்றி அடுக்கியிருக்க முடியாது. மேலும், அந்தக் கற்களை நைல் நதியின் மறுகரையில் இருந்துதான் கொண்டுவர வேண்டியிருந்திருக்கும். ஒரு பிரமிடு கட்டுவதற்கே குறைந்தது அறுநூறு ஆண்டுகள் ஆகியிருக்கும் என்று பொதுவாகக் கணக்கிடலாம்.'

'இது, நீங்கள் வைத்திருக்கும் புத்தகத்தில் உள்ளதா?'

'ஆமாம். அதுமட்டுமல்ல அகழ்வாராய்ச்சியாளர்கள், வரலாற்றாசிரியர்களால் விளக்கமளிக்க முடியாத பல அதிசயங்களையும் இந்தப் புத்தகம் குறிப்பிடுகிறது. உதாரணமாக நம் நாட்டையே எடுத்துக்கொள்; டெல்லி, குதுப் மினாரில் ஒரு இரும்புத் தூண் இருக்கிறது. இரண்டாயிரம் ஆண்டுகளுக்கு மேலாகியும் அது இன்னமும் துருப்பிடிக்காமல் இருக்கிறது. இது எப்படி என்று யாருக்கும் தெரியாது. ஈஸ்டர் தீவைப் பற்றிக் கேள்விப்பட்டிருக்கிறாயா? அது, தெற்கு பசிபிக் பெருங்கடலில் உள்ள ஒரு சின்னஞ்சிறிய தீவு. அங்கே கடலைப் பார்த்தவாறு பிரமாண்டமான பாறைகள் நிறுத்தி வைக்கப்பட்டுள்ளன. பல்லாயிரம் ஆண்டுகளுக்கு முன்னால் அந்தப் பாறைகளில் மனித முகங்கள் செதுக்கப்பட்டன. தீவின் நடுப்பகுதியிலிருந்து கடலோரமாகக் கொண்டுவரப்பட்டு, கடலில் இருந்து பார்த்தாலே தெரியும் வகையில் ஒழுங்காக நிறுத்தி வைக்கப்பட்டிருக்கின்றன. பாறைகள் ஒவ்வொன்றுமே குறைந்தது ஐம்பது டன் எடை இருக்கும். யார் இதைச் செய்தது? இதைச் செய்வதற்கு அந்தத் தொன்மையான பழங்குடி மக்கள் எத்தகைய தொழில்நுட்பத்தைப் பயன்படுத்தினார்கள்? லாரி, டிராக்டர், கிரேன், புல்டோசர் போன்ற பொருள்கள் எதுவும் அவர்களிடம் இல்லை.'

ஃபெலுடா பேச்சை நிறுத்திவிட்டு ஒரு சார்மினார் சிகரெட்டைப் பற்ற வைத்துக்கொண்டார். அந்தப் புத்தகம் உண்மையில் அவரைப் பெருமளவில் பாதித்திருக்கிறது என்பது நன்றாகவே தெரிந்தது. அவர் மீண்டும் தொடர்ந்தார். 'பெரு நாட்டில் தரையில் ஜியாமெட்ரி வடிவங்கள் வரையப்பட்டிருக்கின்றன. எல்லோருக்குமே அந்த வடிவங்கள் பற்றித் தெரியும். வானத்தில் இருந்து பார்த்தாலும்கூட அவை தெரியும். ஆனால் எப்போது, எப்படி அவை அங்கு வந்தன என்பது யாருக்கும் தெரியாது. அது பெரிய மர்மமாகவே நீடிப்பதால் விஞ்ஞானிகளும்கூட மிகவும் அரிதாகவே அதைப் பற்றி பேசுகிறார்கள்.'

'இந்தப் புத்தகத்தின் ஆசிரியர் இதைப் பற்றியெல்லாம் கூறியிருக்கிறாரா?'

'ஆமாம். அதனோடு விறுவிறுப்பான ஒரு கருத்தையும் வெளியிட்டிருக்கிறார். அவர் கருத்துப்படி வேற்று கிரகவாசிகள் சுமார் இருபத்தைந்தாயிரம் ஆண்டுகளுக்கு முன்னால் பூமிக்கு வந்திருக்கிறார்கள். அவர்களது தொழில்நுட்பத் திறன் மனிதர்களை விட மிகவும் உயர்ந்ததாக இருந்திருக்கிறது. அவர்கள் தங்கள் அறிவை மனிதர்களுடன் பகிர்ந்து, பிரமிடுகள் போன்ற வடிவங்களை உருவாக்கியிருக்கிறார்கள். இன்று தொழில்நுட்ப அறிவு எவ்வளவோ வளர்ந்திருந்தாலும்கூட நவீன மனிதனால் இதைப்போல் கட்ட முடியாது என்பதை ஒப்புக்கொண்டுதான் ஆகவேண்டும். இது வெறும் கருத்தோட்டம்தான். இது உண்மை யாக இருக்கவேண்டும் என்றுகூட அவசியமல்ல. இருந்தாலும், இத்தகைய கருத்துகள் உன்னை சிந்திக்க வைக்கின்றன, இல்லையா? நமது மகாபாரதத்தில் விவரிக்கப்படுகிற ஆயுதங்களும்கூட அணு ஆயுதங்களைப் போலவே தோற்றமளிக்கின்றன. எனவே...'

'வேறொரு கிரகத்தில் இருந்து வந்தவர்கள்தான் குருக்ஷேத்திர யுத்தத்திலும் போரிட்டார்களா?'

இதற்கு பதில் சொல்ல ஃபெலுடா வாயைத் திறந்தபோது, அவரது பேச்சு தடைப்பட்டது. இந்த மழையிலும் யாரோ எங்கள் வீட்டுக்கு வந்து, தொடர்ச்சியாக மூன்று முறை அழைப்பு மணியை அழுத்தினார்கள். நான் ஓடிப்போய் கதவைத் திறந்தேன். சித்து சித்தப்பா வேகமாக உள்ளே நுழைந்தார். மழைத் துளிகள் உள்ளே சிதறின. பிறகு, அவர் தன் கையிலிருந்த குடையை ஒருமுறை உதறிவிட்டு மூடினார். மேலும், தண்ணீர் திவலைகள் அறைக்குள் சிதறின.

சித்து சித்தப்பா எங்கள் உறவினர் அல்ல. பல ஆண்டுகளுக்கு முன்னால் எங்கள் சொந்த ஊரில் அவரும் என் அப்பாவும் பக்கத்துப் பக்கத்து வீட்டில் குடியிருந்தார்கள். என் அப்பா அவரை சொந்த சகோதரரைப் போல கருதியதால் நாங்கள் அவரை சித்தப்பா என்றே அழைத்து வந்தோம்.

'என்ன ஒரு மோசமான நாள் இது. எனக்கு சீக்கிரம் ஒரு தம்ளர் தேநீருக்கு ஏற்பாடு செய்!' என்று ஒரே மூச்சில் கூறினார் அவர். நான் வேகமாக உள்ளே ஓடி, ஸ்ரீநாத்தை எழுப்பி, மூன்று தம்ளர் தேநீர் போடச் சொன்னேன். நான் வரவேற்பறைக்குத் திரும்பிய போது சோபாவில் அமர்ந்திருந்த சித்து சித்தப்பா, மிகுந்த கோபத்துடன் அங்கிருந்த பீங்கான் ஆஷ்ட்ரேயை வெறித்து பார்த்துக் கொண்டிருந்தார்.

'இந்த மழையில் நீங்கள் வெளியே வந்திருக்கவே கூடாது... ஒரு ரிக்ஷாவில் வந்திருக்கலாமே?' என்று பேச ஆரம்பித்தார், ஃபெலுடா.

'தினமும் மக்கள் படுகொலை செய்யப்படுகிறார்கள். அதைவிட மோசமான ஒரு படுகொலை நடந்திருக்கிறது என்று உனக்குத் தெரியுமா?' சித்து சித்தப்பா கேட்டார். நாங்கள் அமைதியாக இருந்தோம். அவரது கேள்விக்கு அவரே பதிலையும் சொல்லுவார் என்று எங்களுக்கு நன்றாகத் தெரியும்.

சித்து சித்தப்பா தனது பேச்சைத் தொடர்ந்தார். 'இப்போது தரம் தாழ்ந்து போன போதிலும், நம் கடந்த காலம் ஒவ்வொரு இந்தியனும் பெருமை படத்தக்கதாகத்தான் இருந்தது என்பதை அனைவரும் ஒப்புக்கொள்வார்கள். அந்த மகத்தான கடந்த காலத்தை நாம் எதில் காணமுடிகிறது. பெரும்பாலும் ஓவியங்களிலும் சிற்பங்களிலும்தான். நீயே சொல் ஃபெலு, நான் சொல்லுவது சரிதானே?'

'நிச்சயமாக' என்றவாறே ஃபெலுடா தலையாட்டினார்.

'இதன் மிகச் சிறந்த உதாரணங்களை, குறிப்பாக சிற்பங்களை பழைய கோயில்களின் சுவர்களில்தான் பார்க்க முடியும், சரிதானே?

'மிகவும் சரி.'

வாழ்க்கையில் பெரும்பாலான விஷயங்கள் குறித்து சித்து சித்தப்பாவுக்குத் தெரிந்திருந்தது. அதிலும் கலைகள் பற்றிய அவரது அறிவு மிகவும் ஆழமானது. அவரது வீட்டிலிருந்த மூன்று புத்தக அலமாரிகளில் இரண்டில் இந்தியக் கலைகள் பற்றிய புத்தகங்கள்தான் இருந்தன. ஆனால், இந்தப் படுகொலை எதைப் பற்றியது?

சுருட்டு பற்றவைத்துக் கொள்வதற்காக அவர் தனது பேச்சை ஒரு நிமிடம் நிறுத்தினார். பிறகு இரண்டு முறை இருமி, அறை முழுவதையும் சுருட்டுப் புகையால் மூழ்கடித்துவிட்டுச் சொன்னார்: 'கடந்த காலத்தில் பல அரசர்கள் நம் கோயில்களில் பலவற்றையும் அழித்திருக்கிறார்கள். காலாபஹார் மட்டுமே வங்காளத்தில் ஒரு டஜனுக்கும் மேற்பட்ட கோயில்களை அழித்திருக்கிறார். அது உனக்குத் தெரியுமா? ஆனால், இன்று ஒரு புதிய காலாபஹார் தோன்றியிருக்கிறான் என்று உனக்குத் தெரியுமா? அதாவது, இந்த 1973இல்?'

'கோயில்களில் இருந்து சிலைகளைத் திருடி வெளிநாட்டில் விற்கிறார்களே, அவர்களைத்தானே சொல்லுகிறீர்கள்?' என்று கேட்டார் ஃபெலுடா.

'அதேதான்!' மிகுந்த உற்சாகமாக உரத்த குரலில் சொன்னார் சித்து சித்தப்பா. 'அது எவ்வளவு பெரிய குற்றம் என்பதை உன்னால் கற்பனை செய்ய முடிகிறதா? அதுவும் மதத்தின் பெயரால் அது இப்போது நடைபெறுவதில்லை; வெறும் வணிகம்தான். வேறெதுவுமில்லை. நம் கலைகள், நம் பாரம்பரியம் அனைத்தும் பணக்கார அமெரிக்கர்களைச் சென்றடைகிறது. ஆனால், எவரையும் கையோடு பிடிப்பது கஷ்டம். இன்று நான் என்ன பார்த்தேன் தெரியுமா? புவனேஸ்வர், ராஜா ராணி கோயிலைச் சேர்ந்த ஒரு யக்ஷியின் தலை. கிராண்ட் ஹோட்டலில் தங்கியிருக்கும் ஒரு அமெரிக்க சுற்றுலாப் பயணியிடம் அதைப் பார்த்தேன்.'

'அப்படியா?'

நான் குழந்தையாக இருந்தபோது புவனேஸ்வருக்குச் சென்றிருக்கிறேன். அந்த ராஜா ராணி கோயிலை என் அப்பா எனக்குக் காட்டியிருக்கிறார். அந்தக் கோயிலின் சுவர்களில் சிவப்பு களிமண்ணால் செய்யப்பட்ட மிகவும் அழகான சிலைகளும் சிற்பங்களும் நிறைந்திருக்கும்.

சித்து சித்தப்பா தன் கதையைத் தொடர்ந்தார். 'என்னிடம் சில பழைய ராஜபுதன ஓவியங்கள் இருந்தன. அவற்றை 1934இல் வாரணாசியில் வாங்கினேன். அவற்றை விற்கலாம் என்று நாகர்மாலிடம் கொண்டு சென்றிருந்தேன். அவரை எனக்குப் பல வருடங்களாகத் தெரியும். அவரது கடை கிராண்ட் ஹோட்டல் வளாகத்தில் இருக்கிறது. நான் கொண்டு சென்ற ஓவியங்களை வெளியே எடுத்து அவரிடம் காண்பித்துக் கொண்டிருக்கும் போதுதான் அந்த அமெரிக்கன் வந்து சேர்ந்தான். இதற்கு முன்பு நாகர்மால் கடையிலிருந்து சில பொருள்களை வாங்கியிருப்பான் என்றுதான் தோன்றியது. அவன் கையில் காகிதத்தால் சுற்றப்பட்டு ஒரு பொருள் இருந்தது. அது கனமாக இருப்பதாகவும் தோன்றியது. பிறகு, அவன் அந்தக் காகிதத்தைப் பிரித்தான். அதைப் பார்த்த அதிர்ச்சியில் என் இதயமே தொண்டைக்குள் வந்துவிட்டதைப் போலிருந்தது. சிவப்பு களிமண்ணால் செய்யப்பட்ட ஒரு யக்ஷியின் தலை. அதை நான் முன்பே பார்த்திருக்கிறேன். அதுவும் ஒரு முறைக்கு மேலாகவே பார்த்திருக்கிறேன். ஆனால், அதை முழுமையான சிலையாகத்தான் பார்த்திருக்கிறேன். இப்போது தலை மட்டும் துண்டிக்கப்பட்டிருக்கிறது.'

'அது எங்கேயிருந்து வந்தது என்று நாகர்மாலுக்குத் தெரியவில்லை. ஆனால், அது போலியல்ல; உண்மையான கலைப்

பொருள்தான் என்பதை அவரால் எளிதாகச் சொல்ல முடிந்தது. அந்த அமெரிக்கன் அதற்கு ஆயிரம் டாலர்கள் கொடுத்ததாகச் சொன்னான். அதோடு கூட இன்னும் இரண்டு சைபர்கள் சேர்த்துக் கொண்டாலும்கூட அதை சரியான விலையாகக் கூற முடியாது என்று எனக்குள்ளேயே சொல்லிக்கொண்டேன். அந்த ஆள் அதன்பிறகு, அவனது அறைக்குச் சென்றுவிட்டான். வியப்புற்றிருந்த நிலையில் யார் அதை அவனிடம் விற்றார்கள் என்பதைக்கூட எனக்குக் கேட்கத் தோன்றவில்லை. வேகமாக வீட்டுக்குத் திரும்பி, நான் பார்த்ததை உறுதிசெய்து கொள்வதற்காகச் சில புத்தகங்களை எடுத்துப் பார்த்தேன். அது ராஜா ராணி கோயில் சுவற்றில் இருந்த சிலையின் ஒரு பகுதிதான் என்பது இப்போது எனக்கு உறுதியாகிவிட்டது. இது எப்படி சாத்திய

மாயிற்று என்பது எனக்குப் புரியவில்லை. ஒரு வேளை இரவு நேர காவலாளிக்கு லஞ்சம் கொடுத்துவிட்டு, இதைச் செய்திருப்பார்களோ? இப்போதெல்லாம் எது வேண்டுமானாலும் நடக்கக்கூடும். நான் புவனேஸ்வரில் உள்ள தொல்பொருள் ஆய்வுத் துறைக்கு ஒரு கடிதம் எழுதி, விரைவுத் தபாலில் அனுப்பிவைத்தேன். அதனால் என்ன பலன் இருக்கப்போகிறது. ஏற்கெனவே அந்தச் சிலை சிதைக்கப்பட்டு விட்டது.'

ஸ்ரீநாத் தேநீர் கொண்டு வந்தான். சித்து சித்தப்பா ஒரு தம்ளரைக் கையில் எடுத்து, ஒருமுறை உறிஞ்சிவிட்டு சொன்னார்: 'ஃபெலு, இது நிறுத்தப்படவேண்டும்! நானே இறங்கி;பீ செய்யும் அளவுக்கு எனக்கு வயது இல்லை. ஆனால், நீ ஒரு துப்பறியும் நிபுணன்தானே? இந்தக் குற்றவாளிகளை கையும் களவுமாகப் பிடிக்க வேண்டியது உன்னுடைய வேலைதான். நமது பாரம்பரியக் கலையை அழித்து, அலங்கோலப் படுத்துவதைவிட மோசமானது வேறென்ன இருக்க முடியும்? நீயே சொல், இந்தக் குற்றவாளிகளைப் பிடிக்க வேண்டுமல்லவா? காவல்துறையின் கவனத்தை ஈர்க்கும் வகையில் செய்தித்தாள்களுக்கு என்னால் எழுதமுடியும். ஆனால், இதில் என்ன பிரச்சனை இருக்கிறது தெரியுமா? கலையின் உண்மையான மதிப்பை எல்லோராலும் புரிந்துகொள்ள முடிவதில்லை. அதாவது, ஒரு கோயில் சுவற்றில் உள்ள தொன்மையான சிலை, தங்கம் அல்லது வைரத்தைப் போன்றதல்ல, இல்லையா? அதற்கு நீ விலை வைக்க முடியாது!'

இவ்வளவு நேரமும் ஃபெலுடா மிகவும் அமைதியாகத்தான் இருந்தார். அவர் இப்பொழுது கேட்டார்: 'அந்த அமெரிக்கனின் பெயரை உங்களால் தெரிந்துகொள்ள முடிந்ததா?'

'ஆமாம். அவனிடம் சிறிது நேரம்தான் பேசினேன். அவனது முகவரி அட்டையை எனக்குக் கொடுத்தான். இதோ இருக்கிறது பார்!' சித்து சித்தப்பா தனது சட்டைப் பையிலிருந்து ஒரு சிறிய வெள்ளை அட்டையை எடுத்து ஃபெலுடாவிடம் கொடுத்தார். சால் சில்வர்ஸ்டன் என்று அதில் பொறிக்கப்பட்டிருந்தது. பெயருக்குக் கீழே முகவரி அச்சடிக்கப்பட்டிருந்தது.

'அவன் ஒரு யூதனாகத்தான் இருக்கவேண்டும். சந்தேகமில்லாமல் பெரிய பணக்காரனாகவும் இருக்கலாம். அவன் கட்டியிருந்த கைக்கடிகாரம் குறைந்தது ஆயிரம் டாலர்கள் மதிப்பிருக்கும். இதற்கு முன்னால் இவ்வளவு விலையுயர்ந்த கைக்கடிகாரத்தை நான் பார்த்ததேயில்லை.'

'எவ்வளவு நாள்கள் இங்குத் தங்கியிருக்கப் போகிறான் என்பது பற்றி உங்களிடம் சொன்னானா?'

'நாளை காலையில் அவன் காத்மாண்டு செல்கிறான். இப்போது நீ தொலைபேசியில் அழைத்தால் ஒரு வேளை அவனைப் பிடிக்க முடியும்.' ஃபெலுடா எழுந்து சென்று தொலை பேசி எண்களை சுழற்றத் தொடங்கினார். அவர் நினைவில் பதிந்து வைத்திருந்த முக்கியமான தொலைபேசி எண்களில் கிராண்ட் ஹோட்டல் எண்ணும் இருந்தது.

'திரு. சில்வர்ஸ்டென் தற்பொழுது அறையில் இல்லை' என்று வரவேற்பாளர் சொன்னார். எப்போது திரும்பி வருவார் என்பதும் யாருக்கும் தெரியவில்லை என்று கூறினார். அதிருப்தி அடைந்தவரைப் போன்ற பாவனையுடன் ஃபெலுடா தொலைபேசியை வைத்துவிட்டுச் சொன்னார்: 'அந்தச் சிலையை அவருக்கு விற்றவனைப் பற்றிய அடையாளம் மட்டும் நமக்குக் கிடைக்குமானால், இந்த விஷயத்தில் ஏதாவது முயற்சி செய்யலாம்.'

'எனக்குப் புரிகிறது. இதைத்தான் நான் அவரிடம் கேட்டிருக்க வேண்டும். ஆனால், என்னால் உடனடியாகச் சிந்திக்க முடிய வில்லை. எனது ஓவியங்களை அவர் பார்த்துக் கொண்டிருந்தார். தாந்திரிகக் கலையில்தான் தனக்கு ஆர்வம் என்று அவர் கூறினார். அந்த வகையில் விற்பனை செய்வதற்கு ஏதாவது என்னிடம் இருந்தால் தன்னைத் தொடர்பு கொள்ளும்படி சொன்னார். அதன்பிறகு தனது முகவரி அட்டையை அவர் என்னிடம் கொடுத்தார். ஆனால், இந்த விஷயத்தில் எப்படித் தொடர்வது என்றுதான் எனக்குப் புரியவில்லை.'

'நல்லது. நாம் பொறுத்திருந்துதான் பார்க்கவேண்டும். இந்தத் திருட்டு பற்றி பத்திரிகைகளில்கூட வரக்கூடும். என்ன இருந்தாலும், புவனேஸ்வர் ராஜா ராணி கோயில் மிகவும் புகழ் பெற்றது அல்லவா?'

சித்து சித்தப்பா தேநீரைக் குடித்து முடித்து விட்டு எழுந்தார். தனது குடையைக் கையில் எடுத்துக்கொண்டவாறே அவர் சொன்னார்: 'இந்த விஷயம் ரொம்ப நாளாகவே நடந்து கொண்டுதான் இருக்கிறது. இதுவரையில் இந்தத் திருடர்களின் இலக்கு மிகச்சிறிய, பிரபலமாகாத கோயில்களாகத்தான் இருந்து வந்தது. ஆனால், இதில் ஈடுபடுபவர்கள் யாராக இருந்தாலும், அவர்களுக்குத் துணிச்சல் அதிகம் என்றுதான் சொல்லுவேன். எந்த பயமும் இல்லாத, வலிமைமிக்க ஒரு கும்பல்தான் இதற்குப்

பின்னால் இருக்கக்கூடும் ஃபெலு! அவர்கள் மேல் நீ ஏதாவது நடவடிக்கை எடுக்க முடியுமானால், நாடு முழுவதுமே உன்னைப் பாராட்டும். அது மட்டும் எனக்கு நிச்சயமாகத் தெரியும்.'

சித்து சித்தப்பா கிளம்பிச் சென்றார். ஃபெலுடா நாள் முழுவதும் சால் சில்வர்ஸ்டனைப் பிடிப்பதற்கு முயற்சித்தார். ஆனால், அவர் அறைக்குத் திரும்பவில்லை. இரவு பதினொரு மணிக்கு ஃபெலுடா தன் முயற்சியைக் கைவிட்டார். 'சித்து சித்தப்பா சொல்லுவது மட்டும் உண்மையாக இருந்தால், இதற்கு யார் யார் காரணமானவர்களோ, அவர்கள் முதல் குற்றவாளிகள்தான். எனக்கு மிகவும் எரிச்சலூட்டுவதெல்லாம் அவரைப் பிடிக்க எந்த வழியும் இல்லை என்பதுதான். எந்த வழியும் இல்லவே இல்லை.' கவலையுடன் கூறினார் ஃபெலுடா.

ஆனால், மறுநாளே ஒரு வழி தென்பட்டது. அதுவும் முற்றிலும் எதிர்பாராத வகையில்; இப்போது அதைப் பற்றி நினைத்தாலும் எனக்குத் தலை சுற்றுகிறது.

இரண்டு

ஒரு பயங்கரமானதொரு விபத்து. அதைப் பற்றி சொல்லுவதற்கு முன்னால் வேறு ஒரு விஷயத்தைப் பற்றியும் கூறிவிட வேண்டும். மறுநாள் செய்தித்தாளில் ஒரு சிறிய அறிவிப்பு இருந்தது. அது சித்து சித்தப்பாவின் சந்தேகத்தை நிரூபிப்பதாக இருந்தது.

தலையில்லாத யக்ஷி

புவனேஸ்வரில் உள்ள ராஜா ராணி கோயில் சுவற்றில் இருந்த யக்ஷி சிலையின் தலை பெயர்த்து எடுக்கப்பட்டுள்ளது. பழங்கால இந்தியக் கட்டடக் கலையின் மிகச் சிறந்த உதாரணங்களில் ஒன்றாக இந்தக் கோயில் விளங்கி வருகிறது. இக்கோயிலின் காவலாளியையும் காணவில்லை. ஒரிஸா மாநில தொல்லியல் துறை இதுபற்றி விசாரிக்குமாறு காவல் துறையைக் கேட்டுக் கொண்டுள்ளது.

இந்தச் செய்தியை உரக்கப் படித்துவிட்டு நான் கேட்டேன்: 'அப்படியானால் அந்தக் காவலாளிதான் திருடனா?'

பற்பசையைப் பிதுக்கி கவனமாக பிரஷில் வைத்துக்கொண்டே ஸ்பெலுடா சொன்னார்: 'இல்லை; சிலையின் தலையைப் பெயர்த்தெடுப்பது காவலாளியின் எண்ணமாக இருந்திருக்காது. அவனைப் போன்ற ஏழைக்கு அவ்வளவு துணிச்சல் வரவே வராது. வேறு யாரோ ஒருவர்தான் இதைச் செய்திருப்பார்கள். அவர்கள் பெரியவர்களாக, வலிமையானவர்களாக, எப்பொழுதும் யாராலும் தன்னைப் பிடிக்க முடியாது என்ற மமதையுடன் இருப்பவர்கள். பெரும்பாலும் ஒரு சில தினங்கள் தலைமறைவாக இருக்கும்படி, அந்த நபரோ அல்லது அவர்களோ காவலாளிக்குப் பணம் கொடுத்திருப்பார்கள், அவ்வளவுதான்!'

சித்து சித்தப்பா இந்தச் செய்தியைப் பார்த்திருப்பார். அவர், மீண்டும் எங்கள் வீட்டுக்கு வந்து, தான் சொன்னது எவ்வளவு

சரியாக இருந்தது என்று பெருமைப்பட்டுக் கொள்ளவும் கூடும்.

அவர் வந்தார். ஆனால், காலையில் பத்தரை மணிக்கு முன்னால் அல்ல. இன்று வியாழக்கிழமை என்பதால் எங்கள் பகுதியில் காலையில் ஒன்பது மணியிலிருந்தே மின்தடை இருந்தது. நானும் ஃபெலுடாவும் வரவேற்பறையில் உட்கார்ந்திருந்தோம். மழை வருவதுபோல அடைத்திருந்த வானத்தை அவ்வப்போது பார்த்துக் கொண்டிருந்தபோதுதான் யாரோ கதவை பலமாகத் தட்டும் சத்தம் கேட்டது. ஒரு நிமிடத்துக்குப் பிறகு சித்து சித்தப்பா வேகமாக உள்ளே நுழைந்தார். மீண்டும் ஒரு முறை ஒரு தம்ளர் தேநீர் கொண்டுவரும்படி கேட்டார். அந்தத் தலையில்லாத யக்ஷீ சிலையைப் பற்றி ஃபெலுடா அவருடன் பேசத் தொடங்கினார். ஆனால், அவர் பேசுவதை நிறுத்தும்படி கூறினார் சித்து சித்தப்பா.

'அது ரொம்ப பழைய செய்தி, பையா! என்று உரக்கக் கத்தினார் சித்து சித்தப்பா. 'புதிய செய்தியை நீ கேட்டாயா?'

'இல்லை; கேட்கவில்லை. எங்கள் வானொலிப் பெட்டி செயல்படவில்லை. மேலும், இன்றைக்கு...'

'தெரியும் தெரியும். இன்றைக்கு வியாழக்கிழமை; உங்கள் பகுதியில் மின்தடை, அதானே? அதனால்தான் ஃபெலு, ஒரு டிரான்சிஸ்டர் வானொலிப் பெட்டி வாங்கிக்கொள் என்று உன்னிடம் சொல்லிக்கொண்டே இருக்கிறேன். அது போகட்டும், அந்தச் செய்தியைக் கேட்டதும் இங்கே புறப்பட்டு வருகிறேன். உன்னால் இதை நம்பவே முடியாது; சாத்மாண்டூவுக்குச் சென்று கொண்டிருந்த விமானம் விழுந்து நொறுங்கிவிட்டது. கல்கத்தாவில் இருந்து வெகுதூரத்தில் அல்ல. அதில் மொத்தம் ஐம்பத்தெட்டு பயணிகள் இருந்தார்கள். அனைவருமே இறந்துவிட்டார்கள்; சால் சில்வர்ஸ்டீன் உள்பட. ஆமாம், அவரது பெயரைக்கூட வானொலியில் சொன்னார்கள்.'

ஒரு சில விநாடிகள் நாங்கள் இருவருமே பேசவில்லை. பிறகு, ஃபெலுடா கேட்டார்: 'அந்த இடத்தைப் பற்றி ஏதாவது வானொலியில் சொன்னார்களா?'

'ஆமாம். ஹஸ்னாபாத் போகும் வழியில் சித்திக்பூர் என்ற கிராமத்துக்கு அருகே என்று சொன்னார்கள். ஃபெலு, அந்தச் சிலை நம் நாட்டைவிட்டு வெளியே போய்விடக் கூடாது என்று நான் தீவிரமாகப் பிரார்த்தனை செய்து கொண்டிருந்தேன். என் பிரார்த்தனை இவ்வளவு மோசமான துயரத்தில் போய் முடியும் என்று யாருக்குத் தெரியும்.'

ஃபெலுடா தன் கைக் கடிகாரத்தைப் பார்த்தார். சித்திக்பூர் போகலாம் என்று நினைக்கிறாரா என்ன?

சித்து சித்தப்பா அவரை உற்றுப் பார்த்தார். 'நீ என்ன நினைக் கிறாய் என்று எனக்குத் தெரியும். அந்த விமானம் வெடித்துதான் கீழே விழுந்திருக்கிறது. விமானத்தில் இருந்த பொருள்கள் எல்லாமே பல மைல்கள் தூரத்துக்குச் சிதறி விழுந்திருக்கும். ஒருவேளை பயணிகளின் பொருள்களிடையே அந்த ....?'

இரண்டே நிமிடங்களில், ஒரு டாக்ஸி எடுத்துக்கொண்டு சித்திக்பூர் போய் யக்ஷி தலையைத் தேடுவது என்று ஃபெலுடா முடிவு செய்துவிட்டார். விபத்து நடந்து மூன்று மணி நேரமாகிறது. நாங்கள் அங்கே போய்ச் சேருவதற்கு மேலும் ஒன்றரை மணி நேரமாகும். அதற்குள் காவல்துறையினரும் தீயணைப்புப் படையினரும் அங்கே போய்ச் சேர்ந்து விசாரணையைத் தொடங்கிவிடுவார்கள். எங்கள் நோக்கத்தில் வெற்றிபெற முடியுமா என்று யாராலும் சொல்லமுடியாது. இருந்தாலும், தொலைந்து போன பொருளை மீட்பதற்கான இந்த வாய்ப்பை நாங்கள் நழுவவிட முடியாது.

'நாகர்மாலிடம் நான் விற்ற சித்திரங்கள் மூலம் கணிசமான தொகை எனக்குக் கிடைத்திருக்கிறது. அதில் கொஞ்சம் உனக்குக் கொடுக்க விரும்புகிறேன். என்ன இருந்தாலும் என்னால் தான் நீ இந்தக் காரியத்தில் இறங்குகிறாய், இல்லையா? என்றார் சித்து சித்தப்பா.

'இல்லை.' ஃபெலுடா உறுதியுடன் கூறினார்: 'நீங்கள்தான் எல்லா விவரங்களையும் எனக்குச் சொன்னீர்கள் என்பது உண்மைதான். ஆனாலும், எந்த ஒரு நடவடிக்கையிலும் இறங்குவதற்கு முன்னால், அதுபற்றித் தீவிரமாக யோசிக்காமல் நான் ஈடுபட மாட்டேன் என்பதை மட்டும் நம்புங்கள். இதைப்பற்றி நான் நன்கு யோசித்தேன். உங்களைப் போலவே, நமது பாரம்பரியத்தை விற்று தங்கள் பைகளை நிரப்பிக்கொள்ள நினைப்பவர்களை கையும் களவுமாகப் பிடித்து, கடுமையாகத் தண்டிக்க வேண்டும் என்று நானும் விரும்புகிறேன்.'

'பிரமாதம்!' சித்து சித்தப்பா மிகுந்த மகிழ்ச்சியுடன் கூவினார். 'ஃபெலு, ஒரு விஷயத்தை மட்டும் ஞாபகம் வைத்துக்கொள். உனக்குப் பணம் தேவையில்லை என்றாலும் கூட, சிற்பக் கலை பற்றிய தகவல்கள் உனக்குத் தேவைப்படும். அந்த விஷயத்தில் எப்பொழுதும் என்னால் உதவ முடியும்.'

'ஆமாம். அது எனக்கும் தெரியும். உங்கள் வார்த்தைகளுக்கு மிக்க நன்றி.'

நாங்கள் தேடிச் செல்வதைக் கண்டுபிடிக்க முடிந்தால், உடனே அதை நேராக இந்தியத் தொல்லியல் துறைக்கு எடுத்துச் செல்வது என்று முடிவு செய்தோம். திருடியவன் எங்கேயோ ஒளிந்திருந்தாலும்கூட, குறைந்தது திருப்பட்ட பொருளாவது அந்த நிர்வாகிகளிடம் போய்ச் சேருவது நல்லது.

நாங்கள் உடனடியாகக் கிளம்பி ஒரு டாக்ஸி பிடித்தோம். நாங்கள் புறப்பட்டபோது மணி 10.55. ஃபெலுடா சொன்னார்: 'இந்தப் பயணம் எவ்வளவு நேரம் பிடிக்கும் என்று எனக்குத் தெரியாது. நாம் திரும்பி வரும்போது ஜெசூர் சாலையில் உள்ள பஞ்சாபி தாபாவில் மதிய உணவு சாப்பிடலாம்.'

இது எனக்கு மிகவும் மகிழ்ச்சியளித்தது. பொதுவாக, லாரி ஓட்டுநர்கள் சாப்பிடும் தாபாக்களின் ரொட்டி, பருப்பு, கறிக்குழம்பு உணவுகளை நினைக்கும் போதே எனக்கு எச்சில் ஊறத் தொடங்கிவிடும். ஃபெலுடாவால் எங்கேயும் எதையும் சாப்பிட முடியும். நானும் அவரைப் பின்பற்ற முயற்சித்தேன்.

***

நாங்கள் நகரைவிட்டு வெளியே வந்ததுமே மழை பிடித்துக் கொண்டது. இப்போது விஜபி சாலையை வந்தடைந்திருந்தோம். நாங்கள் பாராசாத்தை நெருங்கும்போது சூரியன் பிரகாசிக்கத் தொடங்கியிருந்தான். ஹஸ்னாபாத் கல்கத்தாவில் இருந்து நாற்பது மைல்கள் தொலைவில் இருந்தது. எங்கள் ஓட்டுநர் சொன்னார்: 'சாலை மட்டும் ஈரமாக, வழுக்காமல் இருந்திருந்தால் ஒரு மணி நேரத்தில் அங்கு சென்று சேர்ந்திருக்கலாம். அங்கே ஒரு விமானம் நொறுங்கி விழுந்திருக்கிறதாமே, உங்களுக்குத் தெரியுமா? நான் வானொலியில்தான் அதைப் பற்றித் தெரிந்துகொண்டேன்!'

அங்கேதான் நாங்கள் செல்கிறோம் என்று கூறியபோது, அவர் மிகவும் கிளர்ச்சியடைந்தார். 'ஏன் சார், உங்கள் உறவினர்கள் யாராவது அந்த விமானத்தில் இருந்தார்களா?' என்று அவர் கேட்டார்.

'இல்லை, இல்லை.'

முழுக் கதையையும் ஃபெலுடா அவருக்குச் சொல்லவில்லை என்றாலும், அவர் மிகுந்த ஆர்வத்துடன் மேலும் மேலும் கேள்விகளை எழுப்பிக்கொண்டே இருந்தார்.

'அந்த விமானம் முழுவதுமே எரிந்து சாம்பலாகிவிட்டதாம். எப்படி இருந்தாலும், எதைத்தான் உங்களால் பார்க்கமுடியும்?'

'எனக்குத் தெரியாது!'

'நீங்கள் பத்திரிகை நிருபரா?'

'நான்… அதைப்பற்றி எழுதுவேன்.'

'ஓ, அப்படியா! விவரங்கள் எல்லாவற்றையும் சேகரித்து, பிறகு அதைக் கதையில் பயன்படுத்துவீர்களா என்ன? நல்லது, மிகவும் நல்லது!'

நாங்கள் இப்போது பாராசாத்தைக் கடந்திருந்தோம். வழியில் அங்கங்கே நின்று சித்திக்பூர் எங்கே இருக்கிறது என்று விசாரித்துக்கொண்டே வந்தோம். இறுதியில் ஒரு சைக்கிள் பழுது பார்க்கும் கடையருகே நின்று கொண்டிருந்த இளைஞர்கள் கூட்டம்தான் எங்களுக்கு சரியான வழியைச் சுட்டிக் காட்டியது. 'இங்கிருந்து இரண்டு மைல் தூரம் சென்றால், இடதுபக்கத்தில் செப்பனிடப்படாத ஒரு மண் சாலை வரும். அந்தச் சாலை நேராக உங்களை சித்திக்பூருக்கு இட்டுச் செல்லும். அங்கிருந்து மேலும் ஒரு மைல் தூரம்தான்! அவர்கள் சொன்ன விதத்திலிருந்து மேலும் பலருக்கு இதேபோன்று வழிகாட்டி இருக்கிறார்கள் என்பது நன்றாகவே புரிந்தது.

அது வெறும் மண்சாலையை விட கொஞ்சம் நன்றாகவே இருந்தது. மழையின் காரணமாகச் சேறாகி இருந்தது. வண்டிகள் சென்று வந்ததற்கான டயர் அறிகுறிகளும் சாலையில் தென்பட்டன. நல்ல காலம் இப்போது ஜூன் மாதம்தான். ஒரு மாதத்துக்குப் பிறகு இந்தச் சாலையில் பயணம் செய்யவே முடியாது.

மேலும், மூன்று அம்பாசிடர் கார்கள் எங்களைக் கடந்து சென்றன. வேறு சில வண்டிகள் விபத்து நடந்த இடத்திலிருந்து திரும்பிக் கொண்டிருந்தன. ஓர் ஆலமரத்தின் கீழே சிலர் கூடியிருந்தார்கள். அருகே மூன்று கார்களும் ஒரு ஜீப்பும் நிறுத்தப் பட்டிருந்தன. அருகில் எங்கும் விபத்து நடந்ததற்கான அறிகுறி எதுவும் தென்படவில்லை. எனினும், இதற்கு மேல் டாக்ஸியில் போக முடியாது என்பது தெளிவாகத் தெரிந்தது. எங்களுக்கு வலதுபக்கத்தில் ஒரு வெட்டவெளி இருந்தது. அங்கே பெரிய மரங்களும் தென்பட்டன. அவற்றுக்கு அப்பால் தூரத்தில் சில சிறு வீடுகள் தெரிந்தன.

அங்கிருந்தவர்களில் ஒருவர் சொன்னார்: 'ஆமாம், அதுதான் சித்திக்பூர். கிராமம் முடியும் இடத்தில் சின்னக் காடு ஒன்று இருக்கிறது. அங்குதான் விமானம் நொறுங்கி விழுந்தது.'

இதற்குள் எங்கள் டாக்ஸி ஓட்டுநர், தன்னை அறிமுகப்படுத்திக் கொண்டார். அவரது பெயர் பலராம் கோஷ். அவர் கதவை அடைத்துவிட்டு எங்களுடன் வந்தார். உண்மையில் அவர்கள் குறிப்பிட்ட காடு ஒன்றும் பெரியதாக இல்லை. மற்ற மரங்களைவிட வாழைதான் அதிகமாக இருந்தன. அவற்றுக்கிடையே சுமார் ஐந்தாறு மா மரங்களும் பலா மரங்களும் இருந்தன. அவை ஒவ்வொன்றுமே மிக மோசமாகக் கருகிப் போயிருந்தன. அவற்றின் கிளைகளில் இலைகள் அனைத்துமே காணாமல் போயிருந்தன. சில கிளைகள் வேண்டுமென்றே வெட்டப்பட்டது போல் தோன்றின. அந்துப் பகுதி முழுவதிலுமே ஏராளமான சீருடை அணிந்தவர்கள் இருந்தனர். சிலர் விமான நிறுவனத்திலிருந்து வந்தவர்களைப் போல் தோன்றினர். மிகவும் கடுமையான ஒரு துர்நாற்றம் அப்பகுதியில் வீசியது. கைக்குட்டை யால் என் முகத்தை மூடிக்கொள்ள வேண்டியதாயிற்று. எண்ணற்ற பொருள்கள் உடைந்தும் அரையும் குறையுமாகக் கருகியும் தரை முழுவதும் சிதறிக் கிடந்தன. இவற்றில் சில பொருள்கள் அடையாளமே காண முடியாத நிலையில் இருந்தன. வேறு சில பொருள்கள் மீண்டும் பயன்படுத்த முடியாதவையாக இருந்தன. ஃபெலுடா நாக்கால் சொடுக்குப் போட்டவாறு சொன்னார்: 'ஒரு மணி நேரம் முன்னதாக மட்டும் நாம் வந்திருந்தால்…'

விமானம் விழுந்து நொறுங்கிய முக்கிய பகுதி யாரும் அணுகாத வண்ணம் தடுக்கப்பட்டிருந்தது. எந்த விதத்திலும் நாங்கள் அருகில் செல்ல முடியாது. எனவே, தடை செய்யப்பட்ட பகுதியைச் சுற்றி மெதுவாக நடக்கத் தொடங்கினோம். ஒரு சில போலீஸ்காரர்கள் கீழே சிதறிக் கிடந்த பொருள்களைக் கையிலெடுத்துப் பார்த்துக் கொண்டிருந்தார்கள். ஸ்டெதஸ்கோப்பின் ஒரு பகுதி, ஒரு கைப்பெட்டி, ப்ளாஸ்க், சூரிய ஒளியில் பளிச்சிட்டு கொண்டிருந்த ஒரு சிறிய கண்ணாடி. அந்துப் பகுதி எங்களுக்கு வலதுபக்கம் இருந்தது. அதை நோக்கி நாங்கள் மெதுவாக நகர்ந்தோம். அப்போது எங்கள் இடதுபக்கத்தில் நின்றிருந்த மா மரத்தின் மேல் எதையோ பார்த்து, திடீரென்று ஃபெலுடா நின்றார்.

ஒரு சிறுவன், கீழ்நோக்கித் தொங்கிக் கொண்டிருந்த ஒரு கிளையின் மீது அமர்ந்து, பாதி எரிந்திருந்த ஒரு தோல் செருப்பைக் கையில் பிடித்திருந்தான். குப்பைகளில் இருந்து அதை அவன் எடுத்திருக்க வேண்டும். ஃபெலுடா மேலே பார்த்து அவனைக் கேட்டார்: 'நீ நிறைய பொருள்களைக் கண்டுபிடித்திருப்பாய், இல்லையா! அந்தச் சிறுவன் பதில் சொல்லாமல் ஃபெலுடாவையே

உற்றுப் பார்த்துக் கொண்டிருந்தான். 'என்ன விஷயம்? உனக்குப் பேசத் தெரியாதா?' என்று ஃபெலுடா மீண்டும் அவனைக் கேட்டார். அப்பொழுதும் பதில் வரவில்லை. 'ஒன்றுக்கும் பிரயோஜனமில்லை' என்று சொல்லிக்கொண்டே ஃபெலுடா அந்த இடத்தைவிட்டு நகர்ந்து, குப்பைகளைத் தாண்டி கிராமத்தை நோக்கிச் சென்றார். பலராம் கோஷுக்கு வியப்பு மேலும் அதிகரித்தது.

'குறிப்பாக எதையாவது தேடிக் கொண்டிருக்கிறீர்களா, சார்?' என்று கேட்டார் அவர்.

'ஆமாம். ஒரு சிலையின் தலை, சிவப்பு களிமண்ணால் செய்யப் பட்டது.'

'அப்படியா! வெறும் தலைதானா? சரி!' என்று சொல்லி அவரும் புல்தரையில் பார்த்துக்கொண்டே வந்தார்.

நூறு மீட்டர் தூரத்தில் ஒரு புளியமரம் இருந்தது. அதன் கீழே சில முதியவர்கள் அமர்ந்து ஹுக்கா பிடித்துக் கொண்டிருந்தனர். அவர்களில் மூத்தவராகத் தெரிந்த ஒருவர் ஃபெலுடாவைப் பார்த்துக் கேட்டார்: 'நீங்கள் எங்கிருந்து வருகிறீர்கள்?

'கல்கத்தாவில் இருந்து. உங்கள் கிராமத்துக்கு எதுவும் பாதிப்பு இல்லையே?'

'இல்லை ஐயா. அல்லாதான் எங்களைக் காப்பாற்றினார். அந்த விமானம் கீழே விழும்போது தீப்பிடித்துக் கொண்டது. வெடித்தது. ஏதோ குண்டுதான் வெடிக்கிறதோ என்று நாங்கள் எல்லோருமே பயந்துவிட்டோம். அதன் பிறகு கிராமம் முழுவதுமே புகையால் மூழ்கிவிட்டது. காட்டில் தீப்பிடித்துக் கொண்டதை எங்களால் பார்க்க முடிந்தது. இருந்தாலும், என்ன செய்வதென்று எங்களில் யாருக்கும் தெரியவில்லை. உடனேயே மழை பெய்யவும் தொடங்கிவிட்டது. அதன்பிறகுதான் தீயணைக்கும் படை வந்தது.'

'கீழே விழுந்த விமானத்துக்கு அருகே நீங்கள் யாராவது சென்றீர்களா?'

'இல்லை ஐயா. நாங்கள் வயது முதிர்ந்தவர்கள். நாங்கள் தப்பிப் பிழைத்தோம் என்றுதான் மகிழ்ச்சி அடைந்தோம்.'

'போலீஸ் வருவதற்கு முன்பு, அந்தச் சிறுவர்களில் யாரும் விமானத்தின் அருகே சென்று அங்கிருந்த பொருள்களை எடுத்தார்களா?'

அந்த முதியவர்கள் மௌனமாக இருந்தனர். இதற்குள் எங்கள் உரையாடலைக் கேட்க மேலும் பலர் கூடியிருந்தனர். ஒரு பையனைப் பார்த்து, அவனைப் பக்கத்தில் கூப்பிட்டார் ஃபெலுடா. அவன் அருகே வந்ததும், 'உன் பெயர் என்ன?' என்று கேட்டார். அவரது குரல் மிகவும் மென்மையாகவும் நட்புணர்வுடனும் இருந்தது.

'அலி.'

ஃபெலுடா, அவன் தோளில் கைவைத்தவாறு குரலைத் தாழ்த்திக் கேட்டார்: 'அந்த விமானம் சிதறியபோது நிறைய பொருள்கள் கீழே விழுந்து எங்கு பார்த்தாலும் கிடந்திருக்கும். நீயே அதை பார்த்திருப்பாய், இல்லையா? அந்தப் பொருள்களில் ஒரு சிலையின் தலை மட்டுமே இருந்திருக்கும். ஒரு பெண் சிலையின் தலை மட்டும்தான். யாராவது அதைப் பார்த்தார்களா என்று உனக்குத் தெரியுமா?'

'அவனைக் கேளுங்கள்!' என்று அலி ஒரு பையனைச் சுட்டிக் காட்டினான். ஃபெலுடா மீண்டும் அதேபோல் விசாரிக்க வேண்டியிருந்தது.

'உன் பெயர் என்ன?'

'பானு.'

'அந்தச் சிலையின் தலையை நீ பார்த்தாயா? அதை நீ எடுத்தாயா?'

மௌனம். ஃபெலுடா மேலும் மென்மையாகக் கேட்டார்: 'இதோ பார் பானு. பரவாயில்லை, இதற்காக யாரும் உன் மீது கோபப்பட மாட்டார்கள். நீ மட்டும் அந்தத் தலையை என்னிடம் கொடுத்தால், அதற்கு நான் பணம் தருவேன். அந்தத் தலை உன்னிடம் இருக்கிறதா?'

மீண்டும் மௌனம். இந்த முறை முதியவர்களில் ஒருவர் அந்தச் சிறுவனைப் பார்த்துக் கத்தினார். 'ஏய் பானு, அவருக்கு பதில் சொல்லுடா! உன் பதிலுக்காக அவர் இங்கே நாள் முழுதும் காத்திருக்க முடியாது.'

இறுதியாக பானு வாயைத் திறந்தான். 'அது இப்பொழுது என்னிடம் இல்லை.'

'நீ என்ன சொல்கிறாய்?!'

'அதை நான் கண்டெடுத்தேன். பாபு சத்தியமமாகச் சொல்லுகிறேன், நான் அதை எடுத்தேன். ஆனால், ஒரு சில நிமிடங்களுக்கு முன்புதான் வேறு ஒருவருக்குக் கொடுத்தேன்!'

என்ன? இது உண்மையாக இருக்குமா? என் இதயத்தில் சம்மட்டி போல் அடிவிழத் தொடங்கியது.

'அதை வாங்கியது யார்?' ஃபெலுடா சற்று வேகத்துடனேயே கேட்டார்.

'எனக்குத் தெரியாது. உங்களைப் போலவே அவரும் நகரத்திலிருந்து வந்தவர்தான். காரில்தான் வந்தார்; நீல நிற கார்.'

'அவர் பார்க்க எப்படியிருப்பார்? உயரமா, குள்ளமா, ஒல்லியா, தடிமனா? கண்ணாடி போட்டிருந்தாரா?'

தொடர்ந்து பானுவின் நண்பர்களும் இந்த உரையாடலில் கலந்துகொண்டனர். அவர்கள் கொடுத்த மொத்த விவரத்திலிருந்து அந்த ஆள் ஒல்லியாகவும் தடிமனாகவும் இல்லாமல், வெள்ளையாகவும் கறுப்பாகவும் இல்லாமல், நடுத்தர உயரமுள்ளவராக, முப்பதில் இருந்து ஐம்பது வயதுக்குள் இருப்பவர் என்றும், நாங்கள் வருவதற்கு அரை மணி நேரத்துக்கு முன்னால் தான் அங்கு வந்து எங்களைப் போலவே விசாரித்துக்

கொண்டிருந்தார் என்றும் தெரிய வந்தது. பானு அவரிடம் அந்த யக்ஷியின் தலையைக் காட்டியிருக்கிறான். அவர் அவனுக்குக் கொஞ்சம் பணத்தைக் கொடுத்து, அவனிடமிருந்து அதை வாங்கிக்கொண்டு, நீல நிற காரில் ஏறிச் சென்றுவிட்டார்.

நாங்கள் சித்திக்பூரை நோக்கி வந்து கொண்டிருந்தபோது, ஒரு நீல நிற அம்பாசிடர் கார் எங்களுக்கு எதிர்திசையில் இருந்து வந்து, முக்கிய சாலையை நோக்கிச் சென்றது. அதைப் பார்த்ததது எங்கள் அனைவருக்குமே நன்றாக நினை விருந்தது.

'நல்லது. வா தொப்ஷே, நாம் போகலாம். திரு. கோஷ்...'

எங்களுக்குத் தெரிய வந்ததிலிருந்து, ஃபெலுடாவுக்கு ஏமாற்றம் ஏற்பட்டது என்றாலும் அதை அவர் வெளிக்காட்டிக் கொள்ளவில்லை. மாறாக அவர் புத்துணர்ச்சியுடன் தோன்றினார். எங்கள் டாக்ஸி நின்று கொண்டிருந்த இடத்தை நோக்கி வேகமாக ஓடத் தொடங்கினார். நாங்களும் அவரைப் பின்தொடர்ந்து ஓடினோம்.

எங்கள் முன்னால் என்ன இருக்கிறது என்பது கடவுளுக்குத்தான் தெரியும்.

மூன்று

நாங்கள் வந்த வழியே திரும்பிக் கொண்டிருந்தோம். மணி இப்போது மதியம் ஒன்றரையைத் தாண்டிவிட்டது. எனினும் மதிய உணவைப் பற்றி நாங்கள் யாருமே சிந்திக்கவில்லை. ஜெசூர் சாலையை அடைந்தவுடன் ஓட்டுநர் பலராம் கோஷ் தேநீர் அருந்த வண்டியை நிறுத்தலாமா என்று கேட்டார். ஆனால், ஃபெலுடா அதைக் காதில் வாங்கிக் கொள்ளவில்லை. ஒருவேளை, எல்லாவற்றையும் பார்த்து இந்த சாகசத்தின் தீவிரத்தை பலராம் கோஷ் உணர்ந்திருக்க வேண்டும். எனவே, அவரும்கூட மீண்டும் உணவு பற்றிய பேச்சை எடுக்கவே இல்லை.

இப்பொழுது எங்கள் டாக்ஸி மணிக்கு எழுபத்தைந்து மைல் வேகத்தில் பறந்து கொண்டிருந்தது. ஒரே ஒரு விஷயம் மட்டும் மீண்டும் மீண்டும் என் மனத்தில் ஓடிக் கொண்டிருப்பதை நான் உணர்ந்தேன். யக்கூஷியின் தலையைத் திரும்பப் பெறுவதில் எவ்வளவு நெருக்கத்தில் நாங்கள் இருந்தோம்! இன்று காலையில் மின்சாரம் மட்டும் தடைபடாமல் இருந்திருந்தால், வானொலியில் அந்தச் செய்தியைக் கேட்டு மேலும் விரைவாகவே சித்திக்பூரை சென்றடைந்திருப்போம். நிச்சயமாக அந்தப் பையன் பானுவையும் பிடித்திருப்போம். அப்படி மட்டும் நடந்திருந்தால் இப்பொழுது நாங்கள் இந்தியத் தொல்லியல் துறை அலுவலகத்தை நோக்கிச் சென்று கொண்டிருப்போம். நம்நாடு இழக்கவிருந்த பாரம்பரிய சொத்தை மீட்டுத் தந்ததற்காக ஃபெலுடாவுக்கு பத்மஸ்ரீ விருதுகூட தந்திருக்கலாம்! யாருக்குத் தெரியும்?

மேலே எழும்பியிருந்த சூரியன் சாலையின் ஈரத்தை உறிஞ்சியிருந்தான். ஏன் இன்னும் கொஞ்சம் வேகமாகப் போகக்கூடாதா என்று நான் நினைக்கத் தொடங்கியிருந்தேன். அப்போது, என் நாடித் துடிப்பை திடீரென்று வேகப்படுத்திய ஒரு விஷயத்தைச் சாலையோரத்தில் பார்த்தேன்.

ஒரு சிறிய மோட்டார் பழுது பார்க்கும் கடைக்கு வெளியே, நீல நிற அம்பாசிடர் கார் ஒன்று நின்று கொண்டிருந்தது.

வண்டியின் வேகத்தைக் குறைத்துக்கொண்டே, 'வண்டியைக் கொஞ்சம் இங்கே நிறுத்தலாமா சார்?' என்று கேட்டார் பலராம் கோஷ். அந்தச் சிறுவர்கள் எங்களுடன் பேசியதை அவர் உன்னிப்பாகக் கவனித்திருக்கிறார் என்பது நன்றாகவே தெரிந்தது.

'ஆமாம். அதோ அந்த தேநீர் கடை அருகே நிறுத்துங்கள்' என்றார் ஃபெலுடா. அந்தக் கடையை நோக்கித் திரும்பிய கோஷ், அதன் முன்னால் 'கிரீச்' என்ற சத்தத்துடன் வண்டியை நிறுத்தினார். நாங்கள் கீழே இறங்கினோம். ஃபெலுடா மூன்று கப் தேநீர் சொன்னார். அந்தக் கடையில் சிறிய கண்ணாடி தம்ளர்களில் தேநீர் தரப்படுவதைதான் கவனித்தேன். கப் எதுவும் கண்ணில் தென்படவில்லை.

'உங்களிடம் வேறென்ன இருக்கிறது?' என்று கேட்டார் ஃபெலுடா.

'பிஸ்கட். உங்களுக்கு வேண்டுமா? புதிதாக வந்தது; நன்றாக இருக்கும் சார்.'

கடையில் கல்லாவின் மீது இரண்டு கண்ணாடி ஜாடிகள் இருந்தன. அதில் பெரிய வட்டமான பிஸ்கட்டுகள் நிரம்பியிருந்தன. ஃபெலுடா அரை டஜன் பிஸ்கட் தருமாறு கூறினார்.

என் கண்கள் அந்த நீல நிற காரையே சுற்றிச் சுற்றி வந்து கொண்டிருந்தது. பொத்தல் ஆன ஒரு டயரை மெக்கானிக் மாற்றிக் கொண்டிருந்தார். நடுத்தர உயரமும் படிய வாரிய தலையும் தடித்த புருவங்களையும் கொண்டிருந்த, சுமார் நாற்பது வயது மதிக்கத்தக்க ஒருவர் அங்குமிங்குமாக நடந்து கொண்டிருந்தார். பாதி முடிந்திருந்த சிகரெட்டை ஊதிக் கொண்டிருந்தார்.

எங்கள் தேநீர் கிட்டத்தட்ட தயாராகி இருந்தது. ஃபெலுடா, ஒரு சார்மினார் சிகரெட்டை வெளியே எடுத்து, அதைப் பற்ற வைப்பதற்கான லைட்டர் தவறிவிட்டது போல் நடித்தார். தன் சட்டைப் பையை இரண்டு முறை தட்டிப் பார்த்துவிட்டு, பிறகு உடம்பைக் குலுக்கியவாறே அந்த மனிதரை நோக்கி நகர்ந்தார். ஓட்டுநரும் நானும் எங்கள் டாக்ஸிக்கு அருகிலேயே நின்று கொண்டிருந்தோம். இருந்தாலும், என்ன பேசுகிறார்கள் என்பதை எங்களால் கேட்க முடியும்.

'மன்னித்துக் கொள்ளுங்கள். உங்களிடம்' என்று தொடங்கினார் ஃபெலுடா.

அந்த மனிதர் சிகரெட் லைட்டரை எடுத்து ஃபெலுடாவின் சிகரெட்டைப் பற்ற வைத்தார்.

சிகரெட்டை உறிஞ்சிக்கொண்டே ஃபெலுடா சொன்னார்: 'மிக்க நன்றி. மிகவும் பயங்கரமான விஷயம்தான், இல்லையா?'

அவர் ஃபெலுடாவை ஏறிட்டுப் பார்த்தார். பிறகு, பதில் எதுவும் சொல்லாமல் திரும்பிக் கொண்டார். ஃபெலுடா மீண்டும் ஒருமுறை முயற்சித்தார்.

'விமான விபத்து நடந்த இடத்தில் இருந்தீர்கள் அல்லவா? உங்கள் காரை அங்கு பார்த்ததாக ஞாபகம்!'

இந்த முறை அவர் பேசினார். 'என்ன விமான விபத்து?'

'அடக் கடவுளே! உங்களுக்குத் தெரியாதா? காத்மாண்டுவுக்குச் சென்று கொண்டிருந்த விமானம் சித்திக்பூருக்கு அருகே நொறுங்கி விழுந்துவிட்டது!'

'நான் டாகியில் இருந்து வந்து கொண்டிருக்கிறேன். விபத்து பற்றி நான் கேள்விப்படவில்லை.'

டாகி, ஹஸ்னாபாத்துக்கு அருகேயிருந்த ஒரு சிறிய நகரம். அவர் உண்மையைத்தான் சொல்கிறாரா? அவரது கார் எங்களைக் கடந்து சென்றபோது, வண்டியின் எண்ணை மட்டும் நாங்கள் கவனித்திருந்தால்!

பொறுமையிழந்த குரலில் அவர் மெக்கானிக்கைக் கேட்டார்: 'இன்னும் எவ்வளவு நேரம் ஆகும்?'

'ஒரு சில நிமிடங்கள்தான். அதற்கு மேல் ஆகாது!'

இதற்குள் எங்கள் தேநீர் வந்து சேர்ந்தது. ஃபெலுடா, அந்த இடத்திலிருந்து திரும்பி வந்து ஒரு தம்ளரை எடுத்துக்கொண்டார். கடையின் முன்னால் போடப்பட்டிருந்த நீளமான இருக்கையில் நாங்கள் மூவரும் அமர்ந்தோம். 'அந்த ஆள் எல்லாவற்றையுமே மறுக்கிறார். அவர் ஒரு பொய்யர்தான்' என்று முணுமுணுத்தார் ஃபெலுடா.

'எப்படி அவ்வளவு உறுதியாகக் சொல்ல முடியும், ஃபெலுடா? லட்சக்கணக்கான நீல நிற அம்பாசிடர்கள் இருக்கின்றன.'

'அவர் செருப்பில் சாம்பல் படிந்திருக்கிறது. உன் செருப்பை நீ பார்த்தாயா?'

உடனே நான் குனிந்து பார்த்தேன். என் செருப்பின் நிறமே மாறியிருப்பதை உணர்ந்தேன். அந்த மனிதரின் பழுப்பு நிற செருப்பும்கூட அதே போன்று கறுப்பாகியிருந்தது.

ஃபெலுடா தேநீரை மெதுவாகவே குடித்துக் கொண்டிருந்தார். அந்த காருக்குப் புது டயர் மாற்றும் வரையில் நாங்களும் காத்திருந்தோம். அதற்கு இரண்டு நிமிடங்களுக்குப் பதிலாக பதினைந்து நிமிடங்கள் ஆகியிருந்தது. அதன்பிறகு, அந்த கார் ஜெய்சூர் சாலையை நோக்கிச் சென்றது. ஒரு நிமிட இடைவெளிக்குப் பிறகு எங்கள் டாக்ஸியும் கிளம்பியது. இரண்டு வண்டிகளுக்கும் இடையே பெரிய இடைவெளி இருந்தது. அதுவும் நல்லதுதான் என்றார் ஃபெலுடா. 'அவரைப் பின்தொடர்கிறோம் என்பதை அவர் பார்த்துவிடக் கூடாது என்று கோஷிடம் அவர் கூறினார்.

நாங்கள் டம்டம் பகுதியை நெருங்கிய போது மீண்டும் மழை பெய்யத் தொடங்கியது. ஒரு சில நிமிடங்கள் எதுவுமே கண்ணுக்குப் புலப்படாமல் மூடுபனியாக இருந்தது. இதனால், அந்த நீலநிற காரை கண்பார்வையில் வைப்பதும் கடினமாக இருந்தது. எனவே, பலராம் கோஷ் இன்னும் கொஞ்சம் நெருக்கமாக வண்டியைச் செலுத்த வேண்டியிருந்தது. அதன் பலனாக அந்த காரின் எண்ணை எங்களால் தெளிவாகப் பார்க்க முடிந்தது. அதன் எண்: டபிள்யூ.எம்.ஏ . 5349.

கோஷ் உற்சாகத்துடன் கூறினார்: 'இது ஹிந்தி திரைப்படத்தில் வருவதுபோல் இருக்கிறது சார். சில தினங்களுக்கு முன்புதான் ஒரு படம் பார்த்தேன். சத்ருகன் சின்ஹா நடித்திருந்தார். இதேபோல் வண்டியைத் துரத்தும் காட்சி அதிலும் வந்தது. ஆனால், அந்த இரண்டாவது கார் மலையில் போய் மோதிக் கொண்டது.'

'ஏற்கெனவே இன்றைக்கு ஒரு விபத்து நிகழ்ந்துவிட்டது. அது போதும்' என்றார் ஃபெலுடா.

'கவலைப்படாதீர்கள் சார். நான் பதிமூன்று வருடங்களாக வண்டி ஓட்டிக் கொண்டிருக்கிறேன். ஒரே ஒரு விபத்துகூட இதுவரை நிகழ்ந்த தில்லை.'

'நல்லது, அப்படியே இருக்கட்டும்.'

பலராம் கோஷ் மிகச் சிறந்த ஓட்டுநர் என்பதை நான் ஒப்புக் கொண்டுதான் ஆக வேண்டும். நாங்கள் இப்போது கல்கத்தாவை அடைந்து விட்டிருந்தோம். வேகமாக வண்டிகள் ஓடிக்

கொண்டிருந்த சாலையில், நீலநிற கார் கண்களிலிருந்து தப்பி விடாமல், வளைந்து நெளிந்து அவர் வண்டியை ஓட்டிக் கொண்டிருந்தார். அந்த வண்டி எங்கே போய்க் கொண்டிருக் கிறது என்று நான் யோசித்துக் கொண்டிருந்தேன்.

சிறிது நேரத்துக்குப் பிறகு நான் ஃபெலுடா விடம் கேட்டேன்: 'அந்தச் சிலையை அவர் என்ன செய்யப் போகிறார் என்று நீங்கள் நினைக்கிறீர்கள்?'

ஃபெலுடா சொன்னார்: 'நிச்சயமாக அவர் அதை புவனேஸ்வருக்குத் திரும்ப எடுத்துச் செல்லப் போவதில்லை. அவர் செய்யக் கூடியதெல்லாம் அந்தச் சிலையை வாங்குவதற்கு இன்னுமொரு ஆளைத் தேடுவதுதான். என்ன இருந்தாலும், ஒரே பொருளை இரண்டு முறை விற்கும் வாய்ப்பு யாருக்கும் கிடைக்காது, இல்லையா!

இறுதியாக அந்த நீல நிற கார், பார்க் தெருவுக்கு எங்களைக் கொண்டுவந்து சேர்த்தது. நாங்கள் பழைய கல்லறை, லோடன் தெரு, கமாக் தெரு ஆகியவற்றைக் கடந்து வந்தபோது, அந்த கார் திடீரென்று இடதுபுறம் திரும்பி 'மகாராணி மாளிகை' என்று பொறிக்கப்பட்டிருந்த அடுக்குமாடி குடியிருப்புக்குள் நுழைந்தது.

'நாமும் உள்ளே போக வேண்டுமா?'

'நிச்சயமாக!'

எங்கள் டாக்ஸியும் வெளிவாசலைக் கடந்து சென்றது. எதிரே ஒரு பெரிய வெட்டவெளி. சுற்றிலும் அடுக்கடுக்காக உயரமான கட்டடங்கள். இவைகளுக்கு முன்பாக சில கார்களும் சில மோட்டார் சைக்கிள்களும் நிறுத்தி வைக்கப்பட்டிருந்தன. ஒரு ஓரத்தை நோக்கி அந்த நீல நிற கார் சென்று நின்றது. அடுத்து என்ன நடக்கிறது என்று பார்ப்பதற்காக நாங்கள் டாக்ஸிக்கு உள்ளேயே காத்திருந்தோம்.

அந்த மனிதர் ஒரு கறுப்பு பையுடன் வெளியே இறங்கி, கார் கண்ணாடிகளை ஏற்றி வண்டியைப் பூட்டிவிட்டு, பெரிய கதவுகள் வழியாக மகாராணி மாளிகை உள்ளே நுழைந்தார். ஒரு நிமிடத்துக்குப் பிறகு ஃபெலுடாவும் அவரைப் பின் தொடர்ந்தார்.

நாங்கள் கதவருகே செல்வதற்குள், வரவேற்பு பகுதியில் இருந்த பழைய காலத்து லிஃப்ட், மிகுந்த சத்தத்துடன் மேலே போய் விட்டிருந்தது. சில விநாடிகளுக்குப் பிறகு அது மீண்டும் கீழே

இறங்கியது. ஒரு முதியவர் லிஃப்ட் பணியாள் அந்த நகரும் கதவிலிருந்து வெளியே வந்தார். ஃபெலுடா அவரை நோக்கிச் சென்றார்.

'சின்ன இடைவெளியில் மிஸ்டர் சென்குப்தாவை நான் தவற விட்டுவிட்டேன், இல்லையா?' என்று ஆவலுடன் கேட்டார்.

'சென்குப்தாவா?'

'இப்போது மேலேறிச் சென்றாரே அவர்தான்!'

'அவர் ஐந்தாம் எண் வீட்டில் இருக்கும் மிஸ்டர் மல்லிக். இந்தக் கட்டடத்தில் சென்குப்தா என்று யாருமில்லை.'

'ஒ, அப்படியா! நான்தான் தவறாகப் புரிந்து விட்டேன். மன்னித்துக் கொள்ளுங்கள்.'

நாங்கள் வெளியே வந்தோம். மல்லிக், வீட்டு எண் ஐந்து. இந்த விவரங்களை நான் நன்றாக நினைவில் வைத்திருக்க வேண்டும்.

இனிமேல் டாக்ஸி தேவைப்படாது என்று சொல்லி, பலராம் கோஷுக்கு பணத்தைக் கொடுத்தார் ஃபெலுடா. அங்கிருந்து புறப்படுவதற்கு முன்னால் தொலைபேசி எண் எழுதி யிருந்த ஒரு துண்டு காகிதத்தை எங்களிடம் கொடுத்துவிட்டு, பலராம் கோஷ் சொன்னார்: 'இது எங்கள் பக்கத்து வீட்டு எண். உங்களுக்கு எப்பொழுதாவது என் சேவை தேவைப்பட்டால் இந்த எண்ணுக்குக் கூப்பிடுங்கள். பக்கத்து வீட்டுக்காரர் என்னைக் கூப்பிடுவார். ஏதாவது உதவி செய்ய விரும்புகிறேன். பொதுவாக வாழ்க்கை எந்தப் பரபரப்பும் இல்லாமல்தான் சென்று கொண்டிருக்கும். அந்த நிலையில் இதுபோன்ற ஒரு சூழ்நிலை, மிகவும்... அதாவது ஒரு மாற்றத்தைத் தருகிறது, இல்லையா சார்?'

நாங்கள் பூங்கா தெரு காவல் நிலையத்துக்குச் சென்றோம். காவல் நிலைய அதிகாரி ஹரேன் முட்சுதி, ஃபெலுடாவுக்கு அறிமுகமானவர். இரண்டு வருடங்களுக்கு முன்னால் 'அதிர்ஷ்டசாலி' என்ற பெயருடைய பந்தயக் குதிரை ஒன்றுக்கு விஷம் வைத்துக் கொன்றவனைத் தேடுவதில் அவர்கள் இருவருமே ஒன்றாக இறங்கினார்கள். புவனேஸ்வரில் நிகழ்ந்த திருட்டு பற்றி அவருக்குத் தெரிந்திருந்தது. மல்லிக்கை நாங்கள் சந்தித்த சூழ்நிலை பற்றி ஃபெலுடா அவரிடம் சுருக்கமாகச் சொல்லிவிட்டு பிறகு கூறினார்: 'ஒருவேளை மல்லிக் உண்மையான திருடனாக இல்லாமல் இருந்தாலும், நிச்சயமாகத் திருடப்பட்ட பொருளைத் திரும்பப் பெறுவதுடன், வேறு யாருக்கோ அதைக்

கொடுப்பதற்குமான முயற்சியில் இறங்கியிருக்கிறார். இரண்டு வேண்டுகோளுடன் நான் உங்களிடம் வந்திருக்கிறேன். அவரது நடவடிக்கைகளை யாராவது கண்காணிக்க வேண்டும். அவர் உண்மையில் யார்; எங்கே வேலை செய்கிறார் என்பதை நான் தெரிந்துகொள்ள வேண்டும். அவர் மகாராணி மேன்சனில் ஐந்தாம் எண் வீட்டில் வசிக்கிறார். நீலநிற அம்பாசிடர் காரை பயன்படுத்துகிறார். அதன் எண்: டபிள்யூ.எம்.ஏ.5349!"

முட்சுதி, ஃபெலுடா சொன்னதை அமைதி யாகக் கேட்டுக் கொண்டார். பிறகு, காதில் சொருகி வைத்திருந்த பென்சிலைக் கையில் எடுத்துக்கொண்டு சொன்னார்: 'நல்லது மிஸ்டர் மித்தர். இந்த வேலைகள் நடைபெற வேண்டும் என்று நீங்கள் விரும்பினால் அவை நடக்கும். நீங்கள் குறிப்பிட்ட மனிதரை ஒரு சிறப்புக் காவலர் எப்பொழுதும் பின்தொடருவார். எங்கள் கோப்புகளில் அவரைப் பற்றி ஏதாவது இருக்கிறதா என்றும் பார்க்கிறேன். ஆனால், ஒன்றை மட்டும் நினைவில் வைத்துக்கொள்ளுங்கள். உண்மையில், அவர் சட்டத்தை மீறவில்லை என்றால் எனக்கு எதுவும் கிடைக்கும் என்பதற்கு எந்த உத்தரவாதமும் இல்லை.'

'நன்றி. இதைக் கொஞ்சம் அவசர விஷயமாகவே எடுத்துக் கையாளுங்கள். அந்தச் சிலை மட்டும் வேறு யார் கைக்கு மாறிவிட்டாலும் நமக்கு ஆபத்துதான்.'

முட்சுதி சிரித்தவாறே சொன்னார்: 'ஏன்? உங்களுக்கு ஏன் பெரிய ஆபத்து என்கிறீர்கள் மிஸ்டர் மித்தர்? நானும் காவலர்கள் படை முழுவதுமே உங்களுக்கு உதவ காத்திருக்கிறோம். எங்களால் ஒன்றும் செய்ய முடியாதா என்ன? நாங்களொன்றும் முற்றும் பிரயோஜனம் இல்லாதவர்கள் இல்லை என்பது உங்களுக்கே தெரியும். ஆனால், ஒன்றை மட்டும் சொல்ல விரும்புகிறேன்; பொதுவாக, இது போன்ற செயல்களுக்குப் பின்னால் இருக்கக் கூடியவர்கள் மிகவும் சக்தி வாய்ந்தவர்களாகத்தான் இருக்கிறார்கள். உடல் வலிமையை நான் சொல்ல வில்லை. மிகவும் மோசமான காரியங்களைச் சாதாரண திருடர்களைவிட சுலபமாக அவர் களால் செய்ய முடிகிறது என்றுதான் நான் சொன்னேன். நீங்கள் இளைஞர், திறமையானவர் என்பதால்தான் இதையெல்லாம் சொல்லுகிறேன். உங்களை எனது நண்பனாகத்தான் கருதுகிறேன்!'

'மிக்க நன்றி மிஸ்டர் முட்சுதி. உங்கள் கரிசனத்துக்கு மிக்க நன்றி!'

நாங்கள் காவல் நிலையத்தை விட்டு வெளியே வந்து, மதிய சாப்பாட்டுக்காக ஒரு சீன உணவகத்துக்குள் நுழைந்தோம். உணவுகளை ஏற்பாடு செய்த பிறகு ஃபெலுடா தொலைபேசியில் பேசுவதற்காக மேலாளரின் அறைக்குச் சென்றார்.

அவர் திரும்பி வந்ததும் சொன்னார்: 'நான் மல்லிக்குடன் பேசினேன். அவர் இன்னமும் வீட்டில்தான் இருக்கிறார். அவரேதான் தொலைபேசியை எடுத்தார். எதுவும் சொல்லாமல்

நான் ரிசீவரை வைத்துவிட்டேன்.' அவர் கொஞ்சம் நிம்மதி அடைந்தது போல் தோன்றியது.

நாங்கள் மூன்று மணிக்கு வீட்டுக்குத் திரும்பினோம். நான்கு மணி ஆகி, சிறிது நேரத்துக்குப் பிறகு முட்சுதி தொலைபேசியில் அழைத்தார். ்பெலுடா, சுமார் ஐந்து நிமிடங்கள் அவருடன் பேசினார். பேசிக்கொண்டே அவரது குறிப்பேட்டில் குறித்துக் கொண்டும் இருந்தார். பிறகு தொலைபேசியைக் கீழே வைத்துவிட்டு நான் கேட்பதற்கு முன்பாகவே எல்லாவற்றையும் என்னிடம் சொன்னார்.

'அந்த மனிதரின் பெயர் ஜயந்த் மல்லிக். இரண்டு வாரங்களுக்கு முன்புதான் அந்த வீட்டுக்கு வந்திருக்கிறார். அந்த வீடு அதிகாரி என்பவருக்குச் சொந்தமானது. அவர் தற்சமயம் டார்ஜீலிங்கில் இருக்கிறார். ஒருவேளை அவர் மல்லிக்கின் நண்பராக இருக்கலாம். அதனால், அவர் வீட்டில் இல்லாத நேரத்தில் வீட்டை பயன்படுத்திக் கொள்ள மல்லிக்கை அனுமதித்திருக்கலாம். அந்த நீல நிற அம்பாசிடர் காரும் அதிகாரிக்குச் சொந்தமானதுதான். இன்று மதியம் மூன்று மணிக்கு அதை எடுத்துக்கொண்டு மல்லிக், கிராண்ட் ஹோட்டலுக்குச் சென்றிருக் கிறார். ஐந்து நிமிடங்கள் உள்ளே இருந்துவிட்டு, பிறகு வெளியே வந்து சுமார் இருபது நிமிடங்கள் காரில் காத்திருந்தார். அதன் பிறகு மீண்டும் உள்ளே சென்று பத்து நிமிடங்களுக்குப் பிறகு வெளியே வந்தார். பிறகு, அவர் டல்ஹௌஸி சதுக்கத்துக்குச் சென்றார். அதன்பிறகு, சிறிது நேரம் முட்சுதியின் காவலர் அவரைத் தவற விட்டுவிட்டார். ஆனாலும், அதன் பிறகு அவர் மல்லிக்கை ்போர்லி ்ளேஸில் உள்ள ரயில் பயணச்சீட்டு முன்பதிவு செய்யும் இடத்தில் கண்டுபிடித்திருக்கிறார். மல்லிக், அவுரங்காபாத் செல்வதற்காக இரண்டாம் வகுப்பில் முன்பதிவு செய்திருக்கிறார். மேலும் புதிய தகவல்கள் கிடைத்தால் முட்சுதியின் காவலர் மீண்டும் தொடர்பு கொள்வார்!'

'அவுரங்காபாத்தா?'

'ஆமாம். அங்கேதான் மல்லிக் போகிறார். நாம் சித்து சித்தப்பாவைப் பார்க்க சர்தார் சங்கர் சாலைக்குப் போகிறோம். நான் அவருடன் உடனடியாகக் கலந்து பேசவேண்டும்!'

நான்கு

'அவுரங்காபாத்!' சித்து சித்தப்பாவின் கண்கள் வெளியே விழுந்து விடும் போல் விரிந்தன. 'இதற்கு அர்த்தம் என்னவென்று தெரிகிறதா? அவுரங்காபாத், எல்லோராவில் இருந்து வெறும் இருபது மைல்கள் தூரத்தில்தான் இருக்கிறது. இந்தியக் கலை வடிவங்களின் மிகச் சிறந்த மாதிரிகள் மொத்தமாக இருக்கின்ற இடம் அது என்றுகூடச் சொல்லலாம். அங்கே மலையைக் குடைந்து உருவாக்கப்பட்ட கைலாஷ் கோயில் இருக்கிறது. மேலும், மொத்தம் முப்பத்து மூன்று இந்து, புத்த, சமண குகைகள் சுமார் ஒன்றரை மைல் நீளத்துக்கு இருக்கின்றன. ஒவ்வொன்றிலும் மிகவும் அழகான, பிரமாதமான சிற்பங்கள் செதுக்கப்பட்டிருக்கும். அடக் கடவுளே, என்னால் சிந்திக்கக் கூட முடியவில்லை! ஆனால், அவுரங்காபாத்துக்கு விமானத்தில் செல்ல வசதி இருக்கும் போது இந்த ஆள் ஏன் ரயிலில் போகிறான்?'

'அந்த யக்ஷி தலையை எப்பொழுதும் அவனுடனேயே வைத்திருக்க வேண்டும் என்பதால்தான் என்றே நினைக்கிறேன். அவர் விமானத்தில் சென்றால் பையில் இருப்பதைப் பாதுகாப்பு அதிகாரிகள் சோதனை போடக்கூடும். ரயிலில் அப்படி எதுவும் சோதனை இருக்காது, இல்லையா?'

ஃபெலுடா திடீரென்று எழுந்து கொண்டார்.

'நீ என்ன முடிவு செய்திருக்கிறாய்?' சித்து சித்தப்பா ஆவலுடன் கேட்டார்.

'நாம் விமானத்தில்தான் செல்ல வேண்டியிருக்கும்' என்று ஃபெலுடா பதிலளித்தார்.

சித்து சித்தப்பா அவரைப் பார்த்த பார்வையில் பெருமிதமும் மகிழ்ச்சியும் கலந்திருந்தது. ஆனால், அவர் எதுவும் சொல்ல

வில்லை. அவர் செய்ததெல்லாம், எழுந்து சென்று அலமாரியில் இருந்து ஒரு சிறிய புத்தகத்தைத் தேர்ந்தெடுத்து எடுத்து வந்ததுதான். 'இது உனக்கு உதவியாக இருக்கும்' என்றபடியே அதை நீட்டினார் அவர். அந்த புத்தகத்தின் தலைப்பைப் பார்த்தேன். எல்லோரா குகைகளுக்கான வழிகாட்டி அது.

நாங்கள் வீட்டுக்குத் திரும்பியதும் ஃபெலுடா அவரது பயண ஏஜெண்ட் திரு. பக்ஷியைத் தொலைபேசியில் அழைத்தார்.

'நாளை பம்பாய் செல்லும் விமானத்தில் எனக்கு மூன்று இருக்கைகள் முன்பதிவு செய்யவேண்டும்' என்று அவர் கூறுவதைக் கேட்டேன். இது எனக்கு மிகுந்த வியப்பைத் தந்தது. அவருக்கு ஏன் மூன்று பயணச்சீட்டுகள் தேவைப்படுகிறது? சித்து சித்தப்பாவும் எங்களோடு வருகிறாரா என்ன? என்றாலும், நான் அவரைக் கேட்டபோது ஃபெலுடா சொன்னார்: 'ஆள் அதிகமாக இருந்தால் நன்றாகத்தான் இருக்கும். மேலும் இரண்டு கைகள் நமக்குத் தேவைப்படவும் செய்யலாம்.'

சிறிது நேரத்தில் பக்ஷி, தொலைபேசியில் அழைத்தார். 'உங்கள் பயணச்சீட்டு காத்திருப்போர் பட்டியலில் இருக்கிறது. இருந்தாலும், நிலைமை அவ்வளவு மோசமாக இல்லை. இருக்கை உறுதியாகிவிடும் என்றுதான் நினைக்கிறேன்!'

அவுரங்காபாத்திலும் எல்லோராவிலும் நாங்கள் தங்குவதற்கான ஹோட்டல் அறையைப் பதிவு செய்வதாகவும் அவர் ஒப்புக் கொண்டார். நாங்கள் பம்பாய் செல்லும் விமானத்தில் சென்றால் காலையில் ஒன்பது மணிக்கெல்லாம் சென்று விடுவோம். பிறகு, அவுரங்காபாத் செல்லும் விமானத்தை பன்னிரண்டரை மணிக்குப் பிடித்து, ஒரு மணி நேரத்துக்குள் அங்கே சென்று சேர்ந்து விடலாம். அதாவது, நாங்கள் சனிக்கிழமைக்குள் அவுரங்காபாத் சென்றுவிடுவோம் மல்லிக் ஞாயிற்றுக்கிழமைதான் அங்கு வருவார்.

ஃபெலுடா, பக்ஷியுடன் பேசி முடித்தபிறகு மீண்டும் வேறொர் எண்ணுக்குத் தொலைபேசியில் பேச முயன்றார். அவர் எண்களைச் சுழற்றி முடிப்பதற்குள் வாசலில் அழைப்பு மணி ஒலித்தது. நான் கதவைத் திறந்தேன். லால்மோகன் பாபு நின்று கொண்டிருந்தார். ஃபெலுடா, ஏதோ பேயைக் கண்டவரைப் போல அவரை வெறித்துப் பார்த்துவிட்டு திகைப்புடன் சொன்னார்: 'என்ன ஒரு ஆச்சரியம்! நான் இப்பொழுது உங்கள் எண்ணத்தான் சுழற்றிக் கொண்டிருந்தேன்!'

'உண்மையாகவா? அப்படியானால் உங்களுடன் நினைவலைகளால் இணைந்திருக்கிறேன் போலிருக்கிறது என்று மிகுந்த திருப்தியுடன் சிரித்தார் லால்மோகன் பாபு. 'டெலிபதி' என்ற வார்த்தையை அவர் தவறாக உச்சரிக்கிறார் என்று சுட்டிக் காட்டுவதற்கு எங்களுக்கு மனம் வரவில்லை.

'ஒரே வெக்கையாக இருக்கு... உங்கள் வேலைக்காரனைக் கொஞ்சம் லெமன் ஜூஸ் தரச் சொல்லுகிறீர்களா? ஃப்பிரிஜ்ஜிலிருந்து கொஞ்சம் ஐஸ்கட்டியையும் எடுத்துப் போடச் சொல்லுங்கள்!'

ஃபெலுடா அவரது கோரிக்கையை ஸ்ரீநாத்திடம் கூறிவிட்டு நேரடியாக விஷயத்துக்கு வந்தார்.

'என்ன இப்போதெல்லாம் முழுநேரமும் வேலையிலேயே இருக்கிறீர்களா? புதிதாக ஏதாவது எழுதத் தொடங்கி இருக்கிறீர்களா?

'இல்லை. நான் ஏற்கெனவே எழுதத் தொடங்கியிருந்தால் இப்படி பேசுவதற்கு வந்திருக்கவே முடியாது. வெறும் கதைக்களம்தான் எனக்குக் கிடைத்திருக்கிறது. அதை வைத்து நல்லதொரு ஹிந்திப்படம் எடுக்கலாம் என்று நினைக்கிறேன். அதில் ஐந்து சண்டைக் காட்சிகள் இருக்கும். என் கதாநாயகன் பிரகார் ருத்ரா, இந்தமுறை பலுசிஸ்தான் போகிறான். நீங்களே சொல்லுங்களேன், பிரகார் ருத்ரா வேடத்துக்கு அர்ஜுன் மெஹ்ரோத்ரா பொருத்தமாக இருப்பார் என்று நினைக்கிறீர்களா? அவர் மிகவும் பொருத்தமாக இருப்பார் என்று நான் நினைக்கிறேன். அதாவது ஃபெலு பாபு, நீங்கள் அந்தப் பாத்திரத்தை ஏற்று நடிக்கத் தயாராக இல்லையென்றால்...'

'எனக்கு ஹிந்தி பேசத் தெரியாது. அது போகட்டும். எங்களுடன் ஒரு சில நாள்களுக்கு நீங்கள் கைலாஷ் வரவேண்டும். திரும்பி வந்த பிறகு பலுசிஸ்தான் பற்றி சிந்திக்கத் தொடங்கலாம்.'

'கைலாஷா? திபெத்துக்கு அவ்வளவு தூரமா? அது சீனர்களின் ஆதிக்கத்தில்தானே இருக்கிறது?'

'இல்லை; இந்த கைலாஷுக்கும் திபெத்துக்கும் எந்த சம்பந்தமும் இல்லை. எல்லோரா பற்றி நீங்கள் கேள்விப்பட்டிருக்கிறீர்களா?'

'ஓ, அப்படியா! நீங்கள் அந்தக் கோயிலைத் தானே சொல்லு கிறீர்கள்? அங்கே நிறைய சிலைகளும் பாறைகளும் மலைகளும் தானே இருக்கும்? அவற்றோடு நீங்கள் என்ன செய்யப்போகிறீர்கள், ஃபெலு பாபு? உங்கள் வேலை எல்லாம் மனிதர்களுடன்தானே, இல்லையா?'

'நீங்கள் சொல்லுவது சரிதான். அந்தப் பாறைகளையும் மலைகளையும் வைத்து ஒரு மனிதக் கூட்டம் கண்ணாமூச்சி விளையாடிக் கொண்டிருக்கிறது. நான் அதைத் தடுக்க உத்தேசித் திருக்கிறேன்!'

லால்மோகன் பாபு வெறித்துப் பார்த்தார். ஃபெலுடா அவருக்கு அனைத்து விவரங்களையும் சுருக்கமாகச் சொன்னார். அதைக் கேட்டதும் அவரது கண்கள் விரிந்தன.

'நீங்கள் என்ன சொல்லுகிறீர்கள், ஃபெலு பாபு? கல் சிலைகளுக்கு இவ்வளவு மதிப்பு இருக்கும் என்று எனக்குத் தெரியவே தெரியாது. விலை மதிப்புமிக்க கற்கள் என்று எனக்குத் தெரிந்ததெல்லாம் வைரம், வைடூரியம் போன்றவைதான். ஆனால் இது.....?'

'இது அதைவிட விலை மதிப்புள்ளவை. உலகத்தின் எந்தப் பகுதியிலும் உங்களால் வைரங்களையும் வைடூரியங்களையும் வாங்கிவிட முடியும். ஆனால் கைலாஷ், காஞ்சி, எலிஃபண்டா என்டதெல்லாம் ஒன்றே ஒன்றுதான். இவைகள் அழிக்கப்பட்டால், நம் புராதன கலை வடிவம் எவ்வளவு உயரத்துக்குச் சென்றது என்ற வியக்கத்தக்க உண்மைகளுக்கு ஆதாரம் இல்லாமலே போய்விடும். நவீன கலைஞர்களால், இந்த முன்மாதிரிகள் எடுத்துக்காட்டும் திறமைக்கும் முழுமைக்கும் பக்கத்தில்கூட நெருங்க முடியாது. எனவே, அவற்றை சிதைக்க முயற்சிக்கும் எவரும் மோசமான குற்றவாளிதான். என்னைப் பொறுத்தவரையில் யக்ஷி சிலை தலையை எடுத்தவன் ஒரு கொலையாளியையவிட குறைந்தவனல்ல. அவனுக்குத் தண்டனை கொடுத்தே ஆகவேண்டும்!'

லால்மோகன் பாபுவை நம்ப வைப்பதற்கு இதுவே போதுமான தாக இருந்தது. எப்படியிருந்தாலும் பயணம் செய்வதை அவர் விரும்புகிறவர்தான். எங்களுடன் வருவதற்கு அவர் ஒப்புக் கொண்டார். உடனே, ஏராளமான கேள்விகளையும் எழுப்பத் தொடங்கினார். கொசு வலை எடுத்து வரவேண்டுமா, வேண்டாமா? அங்கு பாம்பு கடிக்கும் அபாயம் ஏதும் உள்ளதா?... என்பதாக அந்தக் கேள்விகள் இருந்தன. பிறகு எங்களை விமான நிலையத்தில் சந்திப்பதாகக் கூறி விடைபெற்றார்.

***

அவுரங்காபாத்தில் எவ்வளவு நாள்கள் தங்க வேண்டியிருக்கும் என்று தெரியாது. இருந்தாலும், ஒரு வாரத்துக்கான துணிமணிகளை எடுத்து வைத்துக்கொண்டோம். ஃபெலுடா அடிக்கடி பயணம் செய்ய வேண்டியிருப்பதால், ஐம்பது அடி நீள ஸ்டீல் டேப்,

அனைத்துக்கும் பயன்படும் கத்தி, ரயில் மற்றும் விமான கால அட்டவணைகள், சாலை வரைபடங்கள், நீளமான நைலான் கயிறு, ஒரு ஜோடி வேட்டைச் செருப்புகள், சாவி இல்லாத பூட்டுகளைத் திறக்க உதவும் பலவகையான ஒயர்கள் ஆகியவை எப்பொழுதுமே ஒரு கைப்பெட்டியில் தயாராக இருக்கும். இவை பெரிதாக இடத்தை அடைத்துக் கொள்ளாது என்பதால் அதே கைப்பெட்டியில் தனது துணிமணிகளையும் அவர் வைத்துக் கொள்ள முடியும்.

நாட்டின் பல்வேறு பகுதிகளின் வழிகாட்டி நூல்களும் சுற்றுலாப் பிரசுரங்களும் அவரிடம் இருந்தன. அவற்றில் இந்தப் பயணத்துக்குப் பயன்படும் என்று நான் நினைத்தவற்றைத் தேடி எடுத்துக் கொண்டேன். இரவு பத்து மணிக்கு படுக்கச் செல்வதற்கு முன்பு, அதிகாலை நான்கு மணிக்கு அடிக்கும் வகையில் அலாரம் வைத்துவிட்டு, ஒருவேளை ஏதாவது காரணத்தால் அலாரம் அடிக்காமல் போனால் என்ன செய்வது என்ற எண்ணத்துடன் தொலைபேசி மூலம் எழுப்ப 173 எண்ணை அழைத்து ஏற்பாடு செய்துகொண்டார், ஃபெலுடா.

பத்து நிமிடங்களுக்குப் பிறகு மூ சுதி மீண்டும் தொலைபேசியில் அழைத்தார். பம்பாயி லிருந்து மல்லிக்குக்கு ஒரு டிரங்கால் வந்தது. அதில் மல்லிக் பேசியது இதுதான்: 'மகள் மாமியார் வீட்டிலிருந்து அப்பா வீட்டுக்குத் திரும்பிவிட்டாள். அப்பா அவளை 2070க்குத் தன்னோடு அழைத்துச் செல்கிறார்.' அதற்கு பம்பாயில் இருந்து அழைத்தவர் சொன்னது இதுதான்: 'நல்லது வாழ்த்துகள்.' அவ்வளவு தான்.

ஃபெலுடா அவருக்கு நன்றி தெரிவித்துவிட்டு தொலைபேசியை வைத்தார். மல்லிக்கின் வார்த்தைகள் எனக்கு சுத்தமாகப் புரியவில்லை. இதை நான் ஃபெலுடாவிடம் கூறியபோது அவர் சொன்னார்: 'உன் மூளைக்குள் வேலை செய்து கொண்டிருந்த ஒரு சில செல்களும்கூட இப்போது மறைந்து வருகிறது போலத் தெரிகிறது, பையா. கவலைப்படாமல் போய்த் தூங்கு.'

***

பம்பாய் விமானம் ஒரு மணிநேரம் தாமதமானது. இறுதியாகக் காலையில் ஏழரை மணிக்கு விமானம் புறப்பட்டது. ஒரு சிலர் பயணத்தை ரத்து செய்திருந்தால் எங்கள் மூன்று பயணச் சீட்டுகளுமே எளிதாக உறுதியானது.

லால்மோகன் பாபு, தமீஜாவின் கைப்பெட்டி வழக்குக்காக டெல்லிக்கும் சிம்லாவுக்கும் சென்றபோது எங்களுடன் விமானத்தில்

வந்தார். அவர் விமானத்தில் பயணம் செய்வது, அநேகமாக இது இரண்டாவது முறையாக இருக்கும். இந்த முறை எங்கள் விமானம் மேலே ஏறியபோது அவர் முகத்தை சுருக்கிக் கொள்ளவோ, நாற்காலியின் கைப்பிடியை அழுத்தமாகப் பிடித்துக் கொள்ளவோ செய்யவில்லை. ஆனாலும் சிறிது நேரத்துக்குப் பிறகு நாங்கள் சென்ற விமானம் சுரடு முரடான பருவநிலையால் கொஞ்சம் தள்ளாடியபோது சாய்ந்தவாறே சொன்னார்: 'ஃபெலு பாபு, சித்பூர் நகர சாலையில் பழைய கலகலக்கும் டஸ்ஸில் செல்வதைவிட மாறுபட்டதாக ஒன்றும் இந்தப் பயணம் இல்லை. இந்த விமானம் உடைந்து நொறுங்கி விடாது என்பது எப்படி எனக்கு நிச்சயமாகும்?'

'இல்லையில்லை. கவலைப்படாமல் இருங்கள்!'

காலை சிற்றுண்டி வழங்கப்பட்ட பிறகு அவர் கொஞ்சம் சமாதானம் அடைந்தவரைப் போல் தோன்றினார். அவர் ஒரு பட்டனை அழுக்கி விமானப் பணிப்பெண்ணை அழைத்து, 'மன்னிக்கவேண்டும் பெண்ணே! ஒரே ஒரு பல்குத்தும் குச்சி!' என்று மிகவும் மதிப்பாகக் கேட்டார். பிறகு, பம்பாய் வழிகாட்டி நூல் ஒன்றை எடுத்து படிக்கத் தொடங்கினார். நாங்கள் மூவருமே இதற்கு முன்னால் பம்பாய் சென்றதில்லை. எல்லோராவில் எங்கள் வேலை திருப்திகரமாக முடிந்ததென்றால் பம்பாயில் இருக்கும் அவரது நண்பருடன் ஒரு சில நாள்கள் தங்கி வரலாம் என்று ஃபெலுடா தீர்மானித்திருந்தார்.

விமானம் தரையிறங்குவதற்கு முன்பு, 'இருக்கை பெல்ட்களைக் கட்டிக்கொள்ளவும்' என்று அறிவிப்பு வந்தபோது ஃபெலுடாவிடம் ஏதோ கேட்க வேண்டும் என்று எனக்குத் தோன்றியது. 'மல்லிக்கின் அந்த வார்த்தைகளுக்கு என்ன பொருள் என்று கொஞ்சம் விளக்குவீர்களா?' என்று கேட்டேன்.

ஃபெலுடா வியப்படைந்தவரைப் போல் தோன்றினார். 'என்ன, உண்மையிலேயே அதை உன்னால் புரிந்துகொள்ள முடியவில்லையா?

'இல்லை.'

'மாமியார் வீட்டிலிருந்து மகள் அப்பாவிடம் திரும்பி வந்து விட்டாள். 'மகள்' என்பது யக்ஷியின் தலை. 'மாமியார்' என்பது அதை வாங்கிய சில்வர்ஸ்டனைக் குறிக்கிறது. 'தந்தை' என்பது மல்லிக்தான்.'

'அப்படியா! அது சரி 20705 என்றாரே அது என்ன?'

'அது அட்ச ரேகையைக் குறிக்கிறது. உலக வரைபடத்தை நீ பார்த்தால் அந்தப் பகுதியில்தான் அவுரங்காபாத் இருக்கும்.'

சரியாகப் பத்து மணிக்கு நாங்கள் பம்பாய் சந்தாக்ரூஸ் விமான நிலையத்தில் இறங்கினோம். அவுரங்காபாத் விமானம் 12.30க்கு என்பதால் பம்பாய் நகருக்குள் சென்று வருவதில் பயனில்லை என்று நினைத்தோம். இருந்தாலும், மேலிருந்து வான்வழியாகத் தென்பட்ட பம்பாய் நகரம் என்னை மிகவும் கவர்ந்திருந்தது. விமான நிலையத்தில் இருந்த உணவகத்தில் சாதமும் கோழிக் கறியும் சாப்பிட்டுவிட்டுக் காத்திருந்தோம். அவுரங்காபாத் விமானம் சரியாக 12.45க்குப் புறப்பட்டது. இது சுற்றுலா காலம் இல்லை என்பதால் நாங்கள் மொத்தமே பதினொரு பயணிகள்தான் விமானத்தில் இருந்தோம்.

இந்த முறை நானும் லால்மோகன் பாபுவும் ஒன்றாக அமர்ந்து கொண்டோம். நடுவழிக்குப் பக்கத்தில் இருந்த இருக்கையில், நடுத்தர வயதுடைய ஒருவரின் அருகில் ஃபெலுடா அமர்ந்து கொண்டார். கிளி போன்ற மூக்கும் படிய வாரப்பட்ட வெள்ளையும் கறுப்புமான தலைமுடியுமாக இருந்த அவர், தடிமனான கறுப்பு ஃபிரேம் கண்ணாடி அணிந்திருந்தார். அவுரங்காபாத்தில் இருந்த மிகச்சிறிய விமான நிலையத்தில் இறங்கிய பிறகுதான் அவரைப் பற்றி எங்களுக்குத் தெரிய வந்தது. அவரை வரவேற்க யாராவது வருவார்கள் என்று எதிர்பார்த்தார்கள். ஆனால், யாரும் வரவில்லை. எனவே, விமான நிறுவனத்தார் நகருக்குள் செல்ல ஏற்பாடு செய்திருந்த பேருந்திலேயே எங்களுடன் வருவது என்று முடிவு செய்தார்.

'நீங்கள் எங்கே தங்கப் போகிறீர்கள்?' என்று ஃபெலுடா அவரைக் கேட்டார்.

'ஹோட்டல் அவுரங்காபாத்.'

'ஓ, அப்படியா! நானும்கூட அங்கேதான் தங்கப் போகிறேன். எதற்காக இங்கே வந்திருக்கிறீர்கள், விடுமுறையைக் கழிக்கவா?'

'ஆமாம், அப்படியும்கூட சொல்லலாம். நான் எல்லோராவைப் பற்றி ஒரு புத்தகம் எழுதி வருகிறேன். இங்கு இரண்டாவது முறையாக வந்திருக்கிறேன். நான், மிச்சிகன் பல்கலைக் கழகத்தில் இந்தியக் கலைத்துறை பேராசிரியராக இருக்கிறேன்.'

'அப்படியா! உங்கள் மாணவர்கள் இந்தப் பாடத்தில் ஆர்வமாக இருக்கிறார்களா என்ன?'

'ஆமாம். முன்பிருந்ததைவிட அதிகமாகவே ஆர்வமாக இருக்கிறார்கள். வேறெதையும்விட இந்தியா இளைஞர்களை மிகவும் உற்சாகமூட்டுகிறது போல் தோன்றுகிறது.'

'அங்கே வைஷ்ணவ பக்தர்கள் அதிக அளவில் இருக்கிறார்கள் என்று நம்புகிறேன்' என்று ஃபெலுடா மெதுவாகச் சொன்னார். அவர் இதைக் கேட்டதும் சிரித்தார். 'நீங்கள் ஹரே கிருஷ்ணா இயக்கத்தினரைப் பற்றிதானே கேட்கிறீர்கள்?' என்று கேட்டார் அவர். 'ஆமாம். அவர்கள் இருப்பதை முற்றிலும் ஒதுக்கிவிடவும் முடியாது. உண்மையில் அவர்கள் நடந்து கொள்ளும் விதம், உடை அணியும் விதம் அனைத்திலுமே மிகவும் தீவிரமாகத்தான் இருக்கிறார்கள். அவர்கள் கீர்த்தனைகளைக் கேட்டிருக்கிறீர்களா? சில நேரங்களில் அவர்கள் வெளிநாட்டைச் சேர்ந்தவர்கள் என்று சொல்லுவதும்கூட மிகவும் கடினம்.'

நாங்கள் தங்கியிருந்த ஹோட்டலை அடைவதற்குப் பதினைந்து நிமிடங்களே ஆனது. அது சிறிய ஹோட்டலாக இருந்தாலும் சுத்தமாகவும் ஒழுங்காகவும் இருந்தது. நாங்கள் பதிவு செய்து கொண்ட பிறகு, எங்களுக்குப் பதினொன்றாம் எண் அறையைக் கொடுத்தார்கள். லால்மோகன் பாபு, பதினான்காம் எண் அறைக்குச் சென்றார். பம்பாய் விமான நிலையத்தில் ஃபெலுடா ஒரு செய்தித்தாளை வாங்கினார். விமானத்தில் அதைப் படித்துக் கொண்டு வந்ததையும் நான் பார்த்தேன். இப்போது அவர், அறையின் நடுவே ஒரு நாற்காலியில் அமர்ந்து, அந்தச் செய்தித்தாளை மீண்டும் விரித்து வைத்துக்கொண்டு கேட்டார்: 'அழித்தொழிப்பது என்றால் என்னவென்று உனக்குத் தெரியுமா?'

எனக்கு அதைப்பற்றி லேசாகத்தான் தெரியும் ஃபெலுடா விளக்கினார். 'ஐந்தாம் நூற்றாண்டில் ரோம் நகரத்தை சூறையாடிய காட்டு மிராண்டி கள்தான் அழித்தொழிப்பவர்கள் என்று அழைக்கப்பட்டார்கள். அழகானதொரு பொருளை சிதைப்பது, சேதப்படுத்துவது அல்லது அழிப்பது என்பதைக் குறிக்கும் எதுவும் 'அழித்தொழிப்பது என்றே அறியப்பட்டது.' பிறகு, அந்தச் செய்தித்தாளை என்னிடம் நீட்டிக்கொண்டே சொன்னார்: 'இதைப்படி'.

'மேலும் நாசவேலை' என்ற தலைப்பில் ஒரு சிறிய செய்தி அதில் இருந்தது. அந்தச் செய்தியின்படி, கஜுராஹோவில் உள்ள கண்டாரியா மகாதேவ் கோயில் சுவர் ஒன்றில் இருந்த ஒரு பெண் சிலை உடைக்கப்பட்டு அதன் தலைமட்டும் பெயர்த்து எடுக்கப் பட்டது. அந்தக் கோயில் வளாகத்துக்குச் சென்ற, பேரோடா கலைத் துறை மாணவர்கள் குழு ஒன்றுதான் இதை முதலில் கவனித்தார்கள். கடந்த நான்கு வாரங்களுக்குள் நிகழ்ந்த

மூன்றாவது சம்பவம் இது. இந்தச் சிலைகளும் சிற்ப வடிவங்களும் வெளிநாடுகளில் விற்கப்படுகின்றன என்பதில் எவ்வித சந்தேகமும் இல்லை.

இந்தச் செய்தியின் முழு தாக்கத்தையும் நான் உணர முயற்சித்துக் கொண்டிருக்கும் போதுதான் ஃபெலுடா பேசினார். அவரது குரலில் கவலை தோய்ந்திருந்தது.

'எனக்குப் புரிந்தவரையில் ஒரே ஒரு ஆக்டோபஸ்தான் இருக்கிறது. நாட்டின் பல்வேறு பகுதிகளிலும் உள்ள பல கோயில்களிலும் அது தன் கரங்களை நீட்டியிருக்கிறது. அதன் ஒரே ஒரு கரத்தை மட்டுமாவது பிடித்து வெட்டிவிட்டால், அந்த மிருகத்தின் உடம்பு முழுவதுமே நடுங்கத் தொடங்கிவிடும். அந்த வகையில் ஒரு கரத்தைக் கண்டறிந்து அதைக் கைப்பற்றுவதுதான் நமது நோக்கமாக இருக்கவேண்டும்.'

ஐந்து

அவுரங்காபாத் வரலாற்றுச் சிறப்புமிக்க ஒரு நகரமாகும். மாலிக் அம்பர் என்ற அபிசீனிய அடிமை இந்தியாவுக்குக் கொண்டு வரப்பட்டான். காலப்போக்கில் அகமது நகரினை ஆண்ட அரசரின் பிரதம மந்திரியாகவே அவன் உயர்ந்தான். அவன் காட்கே என்ற நகரத்தை உருவாக்கினான். ஔரங்சீப்பின் காலத்தில் காட்கே நகரம், அவுரங்காபாத் என்று அறியப் பட்டது. முகலாய கட்டடங்கள், வேலைப்பாடுகளைத் தவிர ஆயிரத்து முந்நூறு வருடங்களுக்கு முந்தைய பத்து புத்த மத குகைகளும் அங்கே இருந்தன. அவற்றில் இருந்த சிலைகள் காணத்தகுந்தவை.

விமான நிலையத்தில் நாங்கள் சந்தித்த நபர் அவரது பெயர் சுபங்கர் போஸ் சிறிது நேரம் அரட்டை அடிப்பதற்காக மாலையில் எங்கள் அறைக்கு வந்தார். அவர் எங்களிடம் சொன்னார்: 'எல்லோராவுக்குப் போவதற்கு முன்னால் இங்கிருக்கும் குகைகளை நீங்கள் அவசியம் பார்க்க வேண்டும். அப்பொழுது, இவை இரண்டும் சில வகையில் ஒரே மாதிரியானவை என்பதை உங்களால் உணர முடியும்.'

வெளியே லேசாக மழை தூறிக் கொண்டிருந்ததால் உடனே வெளியே போகவேண்டாம் என்று நாங்கள் தீர்மானித்தோம். நாளைக்குச் சூழ்நிலை நன்றாக இருந்தால், குகைகளையும் ஔரங்சீப் மனைவி பீபிகா மக்பராவின் நினைவகத்தையும் பார்க்கலாம் என்று முடிவு செய்தோம். ஜயந்த் மல்லிக், நாளை காலையில் பதினோரு மணிக்குதான் இங்கே வந்திறங்குவார் என்பதால், அதுவரை நாங்கள் அவுரங்காபாத்தில்தான் இருந்தாக வேண்டும். நாளையே அவர் எல்லோராவுக்குப் போகவும் கூடும். அப்படியிருந்தால் நாங்களும் அவரைப் பின்பற்றி எல்லோரா செல்லவேண்டும்.

இரவு உணவுக்குப் பிறகு எல்லோரா வழிகாட்டி நூலை எடுத்துக்கொண்டு உட்கார்ந்தார், ஃபெலுடா. நான் என்ன செய்வது என்று யோசித்துக் கொண்டிருந்த போதுதான் லால்மோகன் பாபு வந்தார்.

'தபேஷ், ஜன்னலுக்கு வெளியே பார்த்தாயா? நிலவு இப்போது வெளியே வந்திருக்கிறது. காலாற நடந்துவிட்டு வரலாம், வருகிறாயா?' என்று கேட்டார்.

'நிச்சயமாக.'

நாங்கள் ஹோட்டலுக்கு வெளியே வந்தோம். கண்ணுக்குத் தெரிந்த எல்லாமே நிலவொளியில் மூழ்கியிருந்தன. தூரத்தில் ஒரு மலைத்தொடர். ஒருவேளை அங்கேதான் அந்த புத்தமத குகைகள் இருக்கக்கூடும். அருகில் இருந்த பீடா கடையில் வானொலியில் ஹிந்தி பாடல் ஒன்று ஒலித்துக் கொண்டிருந்தது. முன்னால் கிடந்த நீளமான இருக்கையில் இரண்டு பேர் அமர்ந்து, உரக்க விவாதித்துக் கொண்டிருந்தனர். அவர்கள் மராத்தி மொழியில் பேசிக் கொண்டிருக்க வேண்டும். எனக்கு ஒரு வார்த்தைகூட புரியவில்லை. காலையில் வெளியே இருந்த சாலையில் போக்குவரத்து அதிகமாக இருந்த தோடு மக்கள் நடமாட்டமும் நிறையவே இருந்தது. இப்போதோ எல்லாமே அமைதியாக இருந்தது. தூரத்தில் எங்கோ ரயிலின் விசில் சத்தம் கேட்டது. தலையில் தொப்பி அணிந்த ஒருவர் சைக்கிளில் சென்று கொண்டிருந்தார். இந்த புதிய இடம் எனக்குக் கொஞ்சம் வித்தியாசமாகத்தான் தோன்றியது. நான் பார்க்கும் எல்லா வற்றிலுமே ஒருவிதமான மர்மமும் கொஞ்சம் உற்சாகமும் சிறிதளவு பயமும் இருந்தது. இந்த நேரத்தில்தான் லால்மோகன் பாபு என் முகத்துக்கு அருகே குனிந்து என் காதருகில் முணுமுணுத்தார்: 'அந்த சுபங்கர் போஸ் கொஞ்சம் சந்தேகத்துக்கு இடமானவராக உனக்குத் தோன்றவில்லை?'

ஓரளாவு திடுக்கிட்ட நிலையில் நான் கேட்டேன்: 'ஏன்?'

'அவர் கைப்பெட்டியில் என்னதான் இருக்கும்? அது முப்பத்தைந்து கிலோ எடை இருக்கிறது.'

'என்னது முப்பத்தைந்து கிலோவா?' எனக்கு மிகுந்த வியப்பு ஏற்பட்டது.

'ஆமாம். பம்பாய் விமான நிலையத்தில், வரிசையில் எனக்கு முன்னால்தான் அவர் நின்று கொண்டிருந்தார். அவரது கைப்பெட்டி எவ்வளவு கனம் இருக்கிறது என்பதை நான்

பார்த்தேன். அதன் எடை முப்பத்தைந்து கிலோ; ஃபெலுடாவின் பெட்டி இருபத்திரண்டு கிலோ; உன்னுடையது பதினான்கு கிலோ; என்னுடையது பதினாறு கிலோ. போஸ் கூடுதல் எடைக்காகப் பணம் செலுத்த வேண்டியிருந்தது.'

இந்தத் தகவல் எனக்குப் புதியதாக இருந்தது. போஸின் கைப்பெட்டியை நான் பார்த்திருக்கிறேன். அது ஒன்றும் பெரியது அல்ல. அப்படியிருக்கும்போது அவ்வளவு கனமாக இருக்க, என்னதான் அதற்குள்ளே இருக்கும்?

லால்மோகன் பாடுவே இதற்கும் விடை சொன்னார்.

மேலும் சன்னமான குரலில் அவர் கூறினார். 'கற்களாக இருக்கக்கூடும். அல்லது கல்லால் ஆன எதையும் உடைப்பதற்கான கருவியாகக்கூட இருக்கலாம். இந்தக் கடத்தலுக்குப் பின்னால் ஒரு பெரிய கூட்டமே இயங்கிக் கொண்டிருக்கிறது என்று உன் அண்ணன் சொல்லவில்லையா? இந்த போஸ், அவர்களில் ஒருவராகத்தான் இருக்க வேண்டும் அவரது மூக்கைப் பார்த்தாயா? அப்படியே கணஷ்யாம் கர்கத்தின் மூக்கைப் போலவே இருக்கிறது.'

'கணஷ்யாம் கர்கத்! யாரது!'

'ஓஹோ, உன்னிடம் சொல்லவில்லையா?! அவர்தான் என் அடுத்த புத்தகத்தில் வில்லன். அவரது மூக்கை நான் எப்படி சித்தரிக்கப் போகிறேன் தெரியுமா, தண்ணீரின் மேலே நீட்டிக் கொண்டிருக்கும் சுறா மீனின் வாலைப் போல இருந்தது, என்றுதான்.'

கடைசியாக அவர் கூறிய இந்த விஷயங்களை நான் பெரிதாக எடுத்துக் கொள்ளவில்லை. ஆனால், போஸ் பற்றி அவர் சொன்ன கருத்துகளை என்னால் ஒதுக்கித்தள்ளவும் முடியவில்லை. அவரை நான் சந்தேகப்பட்டிருக்கவே மாட்டேன். கலையைப் பற்றி அதிகமாகத் தெரிந்து வைத்திருக்கும் ஒருவர் எப்படிக் குற்றவாளியாக இருக்க முடியும்? ஆனால், கலைப் பொருள்களைத் திருடுகிறவர் யாராக இருந்தாலும், அவர் அதைப் பற்றி கொஞ்சம் தெரிந்தவராகத்தான் இருக்க வேண்டும். மேலும், அவரது தோற்றத்திலும்கூட உண்மையிலேயே ஏதோ உக்கிரமாகத் தென்பட்டது.

லால்மோகன் பாபு தொடர்ந்து பேசினார். 'உன்னை எச்சரிக்க வேண்டும் என்றுதான் நான் விரும்பினேன். அவர் மீது ஒரு கண் வைத்திரு. அவர் எனக்கு ஒரு மிட்டாய் கொடுத்தார். ஆனால்,

நான் அதை எடுத்துக் கொள்ளவில்லை. ஒருவேளை அதில் விஷம் கலந்திருந்தால்? உன் அண்ணன் துப்பறியும் நிபுணராக இருப்பதால், இதை அப்படியே சாதாரணமாக விட்டுவிடக் கூடாது என்று உன் அண்ணனிடம் சொல்லி வை. கண்டுகொள்ளாமல் விட்டுவிட்டால் அவரது உயிருக்கே கூட ஆபத்து இருக்கக் கூடும்.'

மறுநாள் காலையில் ஆறரை மணிக்கு ஒரு டாக்ஸியில் நாங்கள் பீபிகா மக்பாரா நினைவகம் (இதற்கு இரண்டாவது தாஜ்மஹால் என்ற பெயரும் உண்டு) பார்க்கச் சென்றோம். பிறகு, புத்தமத குகைகளுக்குச் சென்றோம். டாக்ஸி, எங்களைக் கொண்டுசென்று மலையின் அடிவாரத்தில் இறக்கியது. அங்கிருந்து படிக்கட்டுகளில் ஏறி குகைகளுக்குச் செல்ல வேண்டியிருந்தது. போஸ் எங்களுடன்தான் வந்தார். தொடர்ந்து புராதன கலை வடிவங்களைப் பற்றியே பேசிக்கொண்டு வந்தார். அவர் சொன்னவற்றில் பலவும் என் மனத்தில் பதிந்தது. இப்பொழுதும்கூட அவரை ஒரு குற்றம் செய்பவராக என்னால் பார்க்க இயலவில்லை. இருந்தாலும், லால்மோகன் பாபு அவரை ஒரக்கண்ணால் பார்த்துக்கொண்டே வந்தார். அதன் விளைவாக சில நேரங்களில் அவர் தடுமாறவும் நேர்ந்தது. இருந்தபோதிலும் அப்படிப் பார்ப்பதை அவர் நிறுத்தவில்லை.

எங்களைத் தவிர வேறு இருவரும் குகைகளுக்குள் நுழைந்தார்கள். நாங்கள் படிக்கட்டுகளில் ஏறும்போது அவர்கள் எங்களுக்கு முன்னால் சென்று கொண்டிருந்தார்கள். ஒருவர் வழுக்கைத் தலையுடன் இருந்த அமெரிக்க சுற்றுலாப் பயணி. வண்ணமயமான டீஷர்ட்டும் அரைக்கால் சட்டையும் அணிந்திருந்தார். மற்றொருவர் சுற்றுலாத் துறையைச் சேர்ந்த வழிகாட்டி.

ஃபெலுடா, தனது தோள்பையில் இருந்து பென்டாக்ஸ் கேமராவை வெளியே எடுத்து, மலையையும் கண்ணில் தென்பட்ட காட்சிகளையும் சில நேரங்களில் எங்களையும் படம் பிடித்தார். ஒவ்வொரு முறையும் எங்களை அவர் கேமரா மூலமாகப் பார்க்கும் போதெல்லாம், லால்மோகன் பாபு நின்று, சிரிப்பை உதிர்ப்பார். புகைப்படத்துக்குக் காட்சியளிக்கும் உணர்வு அவரது அசைவில் தென்படும். சிறிது நேரத்துக்குப் பிறகு, நடப்பதை நிறுத்த வேண்டாம் என்றும் வலிந்து சிரிக்காமல் இருந்தால்கூட புகைப்படம் மிக நன்றாகவே இருக்கும் என்றும் அவரிடம் நான் சொல்ல வேண்டியிருந்தது.

நாங்கள் குகையை நெருங்கியதும் திடீரென்று ஃபெலுடா கூறினார்: 'நீங்கள் இருவரும் உங்கள் வேலையைத் தொடங்குங்கள்.

ஒரு நிமிடத்தில் நான் வந்துவிடுகிறேன். குகையின் அந்தப் பக்கத்திலிருந்தும் ஒரு சில புகைப்படங்களை எடுக்க வேண்டும்'

'இரண்டாவது மற்றும் ஏழாவது குகைகளைப் பார்க்காமல் இருந்துவிடாதீர்கள்' என்று போஸ் எங்களிடம் கூறினார். 'முதல் ஐந்து குகைகளும் இந்தப் பகுதியில்தான் இருக்கின்றன. ஆறு முதல் ஒன்பது வரையிலான குகைகள் சுமார் அரை மைல்

தூரத்தில் கிழக்கு திசையில் உள்ளன. மலையைச் சுற்றி ஒரு சாலையும் கூட இருக்கிறது என்றார் அவர்.

வெளியேயிருந்த கடுமையான வெக்கையால் நான் அசௌகரியமாக உணர்ந்தேன். ஆனால், முதல் குகைக்குள் அடியெடுத்து வைத்ததுமே உற்சாகம் தரும் குளிர்ச்சியை அனுபவித்தேன். அங்கே பார்ப்பதற்குப் பெரிதாக ஒன்றுமில்லை. முழுமையடையாமல் அப்படியே விட்டுவிட்டது போல்தான் இருந்தது. செய்யப்பட்டிருந்த சிறிதளவு சிற்ப வேலைப்பாடுகளும்கூட மெதுவாக நொறுங்கத் தொடங்கியிருந்தன. இருந்தபோதிலும், போஸ் குகையின் கூரையையும் அதைத்தாங்கி நின்ற தூண்களையும் மிகுந்த ஆர்வத்துடன் பார்த்து, அவரது குறிப்பேட்டில் எதையோ குறித்துக்கொண்டே வந்தார். நானும் லால்மோகன் பாபுவும் இரண்டாவது குகைக்குச் சென்றோம். ஃபெலுடா எங்களிடம் ஒரு டார்ச் விளக்கைக் கொடுத்திருந்தார். இப்பொழுது அதைப் பயன்படுத்த வேண்டியிருந்தது. நாங்கள் ஒரு பெரிய கூடத்தில் நின்று கொண்டிருந்தோம். அதன் இறுதியில் மிகப்பெரிய புத்தர் சிலை ஒன்று இருந்தது. நான் ஒளியை சுவர்களின் பக்கமாகச் செலுத்தினேன். மிகவும் நுட்பமாகச் செதுக்கப்பட்டிருந்த அழகான வடிவங்களை அங்கே பார்த்தேன். அதைக் கண்டு பிரமித்து நின்றிருந்தார் லால்மோகன் பாபு. பிறகு அவர் சொன்னார்: 'நம் பழங்கால கலைஞர்கள் எவ்வளவு பலசாலிகள் என்று உன்னால் உணர முடிகிறதா தபேஷ்? அதாவது, கலையைப் பற்றிய ஞானமும் சிருஷ்டித் திறமையும் மட்டும் இருந்தால் போதாது; இவ்வளவு கடினமான பாறையைச் செதுக்குவதற்கு அவர்கள் சுத்தியலையும் உளியையும் தொடர்ந்து பயன்படுத்த வேண்டி இருந்திருக்கும். நினைத்தாலே தலை சுற்றுகிறது, இல்லையா?'

***

மூன்றாவது குகை அதைவிடப் பெரியதாக இருந்தது. ஆனால், அந்த வழிகாட்டி அதிக சத்தமாகவும் வேகமாகவும் பேசிக்கொண்டிருந்ததால் எங்களால் ஒரு சில விநாடிகளுக்கு மேல் அங்கே இருக்க முடியவில்லை. நாங்கள் வெளியே வரும்போது லால்மோகன் பாபு கேட்டார்: 'உன் அண்ணன் எங்கே போய்விட்டார்? எங்கேயுமே அவரைப் பார்க்க முடியவில்லையே?'

அது உண்மைதான். ஃபெலுடா எங்களைப் பின்தொடர்ந்து வருகிறார் என்றுதான் நான் நினைத்துக் கொண்டிருந்தேன்.

ஆனால், அவரை எங்கேயும் காணவில்லை. போஸ்கூட கண்ணில் தென்படவில்லை. 'மற்ற குகைகளில் போய் தேடலாம்' என்றார் லால்மோகன் பாபு.

நான்காவது மற்றும் ஐந்தாவது குகைகள் அருகிலேயேதான் இருந்தன. இருந்தாலும், ஃபெலுடா அங்கே சென்றிருக்க மாட்டார் என்றுதான் நான் நினைத்தேன். எனக்கு லேசாகக் கவலை தோன்றத் தொடங்கியது. சுமார் அரைமைல் தூரத்தில் இருந்த ஆறாவது குகையை நோக்கி நாங்கள் நடக்கத் தொடங்கினோம். மலையின் இந்தப் பகுதி வெறுமையாகவும் பாறைகள் நிறைந்ததாகவும் ஆங்காங்கே சிறிய புதர்கள் மண்டியதாகவும் இருந்தது. சுடிகாரத்தைப் பார்த்தேன். மணி இப்போது 8.15 ஆகியிருந்தது. இருந்தாலும், பத்து மணிக்கு மேல் இங்கு இருக்க முடியாது. ஏனென்றால், மல்லிக் பதினோரு மணிக்கு வந்து சேர்ந்துவிடுவார்.

பதினைந்து நிமிடங்களுக்குப் பிறகு நாங்கள் மற்றொரு குகையையும் பார்த்தோம். அநேகமாக அது ஆறாவது குகையாக இருக்கலாம். ஃபெலுடா, இந்த வழியாகச் சென்றிருப்பாரா என்று சொல்லத் தெரியவில்லை. ஏதாவது காலடித் தடம் தென்படுகிறதா என்று லால்மோகன் பாபு உற்றுப் பார்த்துக்கொண்டே வந்தார். அது தேவையில்லாத வேலைதான். ஏனென்றால், தரை நன்றாகக் காய்ந்திருந்தது.

இதற்கு மேலும் போகவேண்டுமா? ஒருவேளை அவர் பெயரைச் சொல்லி சத்தமாகக் கூப்பிட்டால் உதவியாக இருக்குமா?

'ஃபெலுடா! ஃபெலுடா!!' நான் உரக்க சத்தம் போடத் தொடங்கினேன்.

'பிரதோஷ் பாபு! ஃபெலு பாபு!! மிஸ்டர் மித்தர்!!!' லால்மோகன் பாபுவும் என்னோடு சேர்ந்து சத்தம் போட்டார்.

எந்த பதிலும் இல்லை. என் வயிற்றுக்குள் லேசாக சங்கடம் ஏற்படத் தொடங்கியது.

ஒருவேளை அவர் மலைமேல் ஏறி, அந்தப் பக்கம் போயிருப்பாரோ? எங்களை மறக்கும் அளவுக்கு முக்கியமான எதையாவது பார்த்திருப்பாரோ அல்லது வித்தியாசமான சத்தத்தைக் கேட்டிருப்பாரோ?

சிறிது நேரத்தில் லால்மோகன் பாபுவும் சத்தம் போடுவதைக் கைவிட்டார். 'அவர் இங்கு எங்கும் இல்லை. இருந்திருந்தால் நாம் கத்தியது அவருக்குக் கேட்டிருக்கும். நாம் திரும்பிப் போகலாம்.

இந்த முறை நிச்சயமாக அவரைப் பார்ப்போம். நம்மிடம் ஏதும் சொல்லாமல் அவர் போயிருக்க முடியாது. அப்படி ஒரு பொறுப்பற்ற செயலை அவர் செய்யமாட்டார், இல்லையா? என்று தலையை ஆட்டிக்கொண்டே கூறினார் லால்மோகன்பாபு.

நாங்கள், வந்த வழியே திரும்பி நடந்தோம். சிறிது நேரத்தில் வெளிநாட்டவர் ஒருவரும் அவரது வழிகாட்டியும் ஆறாவது குகையை நோக்கிச் செல்வதைப் பார்த்தோம். அந்த வழிகாட்டியின் வேகமான நடைக்கும் முடிவேயில்லாத பேச்சுக்கும் வெளி நாட்டவரால் ஈடுகொடுக்க முடியாதது போல் தோன்றியது. 'இதோ இங்கே பார், போஸ்!' லால்மோகன் பாபு உரக்கக் கூறினார். எல்லாம் அறிந்தவரைப் போன்ற ஒரு தோரணையுடன் போஸ் எங்களை நோக்கி வந்து கொண்டிருந்தார். தனது பெயரைக் கேட்டதும் அவர் கண்களை உயர்த்திப் பார்த்தார். நான் விரைந்து அவரிடம் சென்று, 'என் அண்ணனைப் பார்த்தீர்களா? என்று கேட்டேன்.

'இல்லையே. புகைப்படம் எடுக்கப் போவதாக சொல்லித்தானே அவர் சென்றார்?'

'ஆமாம். ஆனால், அது ரொம்ப நேரத்துக்கு முன்பு. ஒருவேளை இந்தக் குகைகள் எதிலாவது அவர் இருக்கலாமோ?'

'இல்லை. இந்தக் குகைகள் ஒவ்வொன்றுக்குள்ளும் நான் சென்று வந்தேன். அவர் அங்கிருந்தால் நிச்சயமாக நான் பார்த்திருப்பேன்.'

எனக்குள் ஏற்பட்டிருந்த கலக்கம் என் முகத்தில் தென்பட்டிருக்க வேண்டும். ஏனென்றால், அவரது குரலில் சிறு மாற்றம் தெரிந்தது. 'ஒருவேளை அவர் கொஞ்சம் உயரத்தில் ஏறிப் போயிருக்கக்கூடும். இந்த மலையின் உச்சிக்கு சென்றால், அவுரங்காபாத் நகரம் முழுவதையும் மிக அழகாகப் பார்க்கலாம். நீங்கள் சற்று நடந்து போய் அவர் பெயரைக் கூப்பிட்டுத்தான் பாருங்களேன்! எப்படியிருந்தாலும் உங்கள் குரல் அவருக்கு கேட்கத்தான் செய்யும்.' போஸ் நம்பிக்கையூட்டும் விதமாகப் பேசிவிட்டு ஆறாம் என்ன குகையை நோக்கிச் சென்றார்.

லால்மோகன் பாபு தனது குரலைச் சற்று தாழ்த்திக்கொண்டு சொன்னார்: 'இது எனக்குப் பிடிக்கவில்லை தபேஷ். எல்லோராவுக்குப் போவதற்கு முன்பாகவே கவலை தரும் விதமாக ஏதும் நடக்கும் என்று நான் நினைக்கவே இல்லை.'

நான் என்னை சமாளித்துக் கொண்டு தொடர்ந்து நடக்கத் தொடங்கினேன். என் நடையின் வேகமும் அதற்கேற்ப அதிகரித்தது. என்னால் நினைக்க முடிந்ததெல்லாம், நேரமாகிக் கொண்டிருக்கிறது

என்பதுதான். பதினொரு மணிக்குள் ஹோட்டலுக்குத் திரும்பி, மல்லிக் வந்து சேர்ந்துவிட்டாரா என்று பார்க்க வேண்டும். ஆனால், ஃபெலுடாவை எங்களால் கண்டுபிடிக்க முடியாவிட்டால் நாங்கள் என்ன செய்வது? அவர் இல்லாமல்...

திடீரென்று லால்மோகன் பாபு, 'சார்மினார்!' என்று கத்தினார். எனக்குத் தூக்கிவாரிப் போட்டது.

அப்பொழுது, ஐந்தாவது குகையின் தூண்களுக்கு அருகே நாங்கள் நின்று கொண்டிருந்தோம். அந்தத் தூண்களில் இருந்து ஒரு சில அடிகளுக்கு அப்பால், புதர் ஒன்றின் கீழ், மஞ்சள் நிற சார்மினார் சிகரெட் பாக்கெட் கிடந்தது. முதலில் நாங்கள் அந்தப் பக்கமாகச் சென்றபோது இது இல்லாமல் இருந்திருக்கலாம். அல்லது நாங்கள் அதைப் பார்க்கத் தவறியிருக்கலாம். ஒருவேளை ஃபெலுடாவின் பாக்கெட்டிலிருந்து தவறி விழுந்திருக்குமோ? நான் அதைக் கையில் எடுத்து திறந்து பார்த்தேன். காலி பாக்கெட் தான். சிகரெட் எதுவும் இல்லை. நான் அதைத் தூக்கிப் போட முயன்றபோது லால்மோகன் பாபு, 'நான் பார்க்கிறேன், நான் பார்க்கிறேன்!' என்று கூறியபடியே அதை என்னிடமிருந்து வாங்கிக்கொண்டார். பின்பு அதை முழுவதுமாகத் திறந்தார். ஒரு சிறிய துண்டு காகிதம் அதிலிருந்து வெளியே விழுந்தது. அதில் ஃபெலுடாவின் கையெழுத்தில் சுருக்கமாக ஒரு செய்தி எழுதப்பட்டிருந்தது.

'ஹோட்டலுக்குத் திரும்பிச் செல்லுங்கள்!'

அதில் ஓரளவுக்கு நிம்மதியடைந்த நாங்கள் அடுத்து என்ன செய்வது என்று விவாதித்தோம். அவர் எங்கே இருக்கிறார் அல்லது ஏன் எங்களைத் திரும்பிப் போகச் சொல்லுகிறார் என்பதைப் பற்றி எதுவும் தெரியாத நிலையில், என்னால் தெளிவாகச் சிந்திக்கக்கூட முடியவில்லை. என் வயிற்றுக்குள் நிலவிய வெறுமையான உணர்வு தொடர்ந்து நீடித்துக் கொண்டேதான் இருந்தது.

லால்மோகன் பாபு சொன்னார்: 'நாம் எப்படித் திரும்பிப் போகமுடியும்? போஸ் நம்முடன்தான் வந்தார். அவர் இன்னும் நான்கு குகைகளைப் பார்க்க வேண்டியிருக்கிறது!'

சின்ன யோசனைக்குப் பிறகு கொஞ்சம் மெதுவாக நான் சொன்னேன்: 'நாம் ஹோட்டலுக்குத் திரும்பிப் போகலாமே? நாம் இறங்கிய பிறகு அவரை அழைத்துவர டாக்ஸியை அனுப்பிவைக்கலாம்?'

'ஆமாம், ஆமாம். அப்படியே செய்யலாம்தான். ஆனால், அவர் என்ன செய்கிறார் என்பதை கவனிப்பதற்காகவாவது நாம் இங்கிருக்க வேண்டாமா?'

'இல்லை லால்மோகன் பாபு; நான் அப்படி நினைக்கவில்லை. போஸ் பற்றி ஃபெலுடா எதுவும் சொல்லவில்லை. நாம் திரும்பிப் போகவேண்டும் என்று மட்டும்தான் அவர் எழுதியிருக்கிறார். அதைத்தான் நாம் செய்யவேண்டும்.'

'நல்லது. அப்படியே செய்யலாம்' என்று லால்மோகன் பாபு சொன்னாலும், அவர் கொஞ்சம் அதிருப்தி அடைந்துள்ளது நன்றாகவே தெரிந்தது.

மர்மக் கதை எழுத்தாளர் என்பதால், சில நேரங்களில் தொழில் முறை துப்பறியும் நிபுணரைப்போலவே நடந்து கொள்ளவேண்டும் என்று லால்மோகன் பாபு நினைப்பார். அவர், போஸை பின்தொடர விரும்புகிறார் என்பதை என்னால் உணர முடிந்தது. இருந்தாலும், அவரைத் தடுத்து நிறுத்த வேண்டியிருந்தது. நாங்கள் வந்த டாக்ஸி எங்களை ஹோட்டலில் இறக்கி விட்டுவிட்டு, மீண்டும் குகை இருந்த இடத்துக்குத் திரும்பிச் சென்றது. அப்போது மணி ஒன்பது. இன்னும் எவ்வளவு நேரம் ஃபெலுடாவுக்காகக் காத்திருக்க வேண்டும் என்பது தெரியவில்லை.

எங்கள் இருவராலுமே அறைக்குள் அடைந்து கிடக்க முடியயவில்லை. எனவே, ஹோட்டலை விட்டு வெளியே வந்து சாலையில் காலாற நடக்கத் தொடங்கினோம். வானம் மீண்டும் இருட்டத் தொடங்கியது. ஒருவேளை மழை பெய்தால், இந்த வெயிலுக்கு இதமாக இருக்கும் என்று நினைத்துக் கொண்டேன்.

போஸ், 9.45 மணிக்கு ஹோட்டலுக்குத் திரும்பினார். ஃபெலுடா இன்னும் திரும்பி வரவில்லை என்பதை நாங்கள் சொன்னதும் அவர் குழப்பமடைந்தது போலத் தோன்றியது. ஆனாலும், நாங்கள் ஏன் கவலைப்படுகிறோம் என்பதற்கான காரணத்தை எங்களால் அவரிடம் சொல்ல முடியயவில்லை. என்ன இருந்தாலும், அவரைப் பற்றி எங்களுக்கு நன்றாகத் தெரியாது. இதில் சம்பந்தப்பட்ட திருடர்களில் அவரும் ஒருவர் என்றுதான் லால்மோகன் பாபு இன்னமும் உறுதியாக நம்புகிறார். மேலும், இதுபற்றி போஸ் எதுவும் கேட்கக்கூடாது என்பதற்காக நான் உடனடியாகக் கூறினேன்: 'யாரிடமும் எதுவும் சொல்லாமல் காரியங்களைச் செய்வது என் அண்ணனின் வழக்கம். இதேபோன்று இதற்கு முன்பும்கூட செய்திருக்கிறார். அதாவது வெளியே எங்காவது போய்விட்டு பிறகு திரும்பி வந்திருக்கிறார். அவர் விரைவிலேயே திரும்பி விடுவார் என்றுதான் நான் உறுதியாக நம்புகிறேன்.'

சுமார் ஒருமணி நேரம் நாங்கள் வெளியே சுற்றிக் கொண்டிருந்தோம். பிறகு, அறைக்குத் திரும்பி 'திபெத்தில் டிண்டின்' சிறுவர் கதையைத் தொடர்ந்து படிக்கத் தொடங்கினேன். பதினோரு மணிக்கு ரயில் விசில் சத்தம் கேட்டது போல் இருந்தது. அதற்கு நாற்பத்தைந்து நிமிடங்களுக்குப் பிறகு ஹோட்டலின் முன்வாசலில் ஒரு கார் வந்து நின்றது. என்னைக் கட்டுப்படுத்திக் கொள்ள முடியாமல், என்ன நடக்கிறது என்று பார்ப்பதற்காக வெளியே வந்தேன்.

இரண்டு பேர் டாக்ஸியில் இருந்து இறங்கிக் கொண்டிருந்தார்கள். அவர்களில் ஒருவர் நடுத்தர உயரம்; ஆனால், ரொம்பவும் குண்டாக இருந்தார். அவரது அகன்ற தோள்கள் முகவாயிலிருந்தே தொடங்கிவிட்டது போல் இருந்தது. கழுத்தே இல்லாதது போன்ற தோற்றம். ஏதோ ஒரு காரணத்தால் அவரைப் பார்த்ததுமே முன்கோபி என்று தோன்றியது. மற்றொரு நபர் அதற்கு முற்றிலும் நேர்மாறானவராகத் தெரிந்தார். நல்ல உயரம், ஒல்லியான உருவம்; கீழே அகலமான பேண்ட் அணிந்து, கை வேலைப்பாடு செய்த பருத்தியினால் ஆன சட்டை அணிந்திருந்தார். ஒழுங்கில்லாத தாடியினுள் அவர் முகம் மறைந்து போயிருந்தது. தலை முடியோ தோள் வரை வளர்ந்து புரண்டு கொண்டிருந்தது. 'ஹிப்பி'யைப் போல் தோன்றினார். குண்டு மனிதரிடம் பழைய தோல் கைப்பெட்டி இருந்தது. ஹிப்பியிடம் புத்தகம் புதிய கேன்வாஸ் பை மட்டும்தான் இருந்தது. இருவருமே ஹோட்டலுக்குள் நுழைந்தார்கள். உடனேயே மற்றொரு டாக்ஸி வந்து நின்றது. ஜயந்த் மல்லிக் அதிலிருந்து இறங்கினார்.

இப்பொழுதுதான் எனக்கு நிம்மதியானது. குறைந்தது இந்த விஷயத்தில் நாங்கள் சரியான பாதையில்தான் வந்திருக்கிறோம் என்பது உறுதியானது. கல்கத்தாவில் தொடங்கிய எங்கள் பயணம் கண்மூடித்தனமானதல்ல என்பது புரிந்தது.

ஆனால், இந்த ஃபெலுடா எங்கேதான் போனார்?

ஃபெலுடா திரும்பி வருவார் என்று மேலும் பத்து நிமிடங்கள் காத்திருந்தேன். அவர் திரும்பி வருவதற்கான அறிகுறிகள் எதுவும் தெரியாததால் நான் கிளம்பிச் சென்று லால்மோகன் பாபுவின் அறைக் கதவைத் தட்டினேன். அவர் உடனேயே கதவைத் திறந்து விரிந்த விழிகளுடன் கூறினார்: 'வரவேற்பறையில் உட்கார்ந்து நான் எல்லாவற்றையும் பார்த்துக்கொண்டுதான் இருந்தேன். அவர்கள் இருவரையும் பார்த்தால் சந்தேகமாக இல்லை? அவர்களும் எல்லோராவுக்குத்தான் செல்கிறார்களா என்ன? அதில் ஒருவர், அதுதான் அந்த தாடி வைத்த ஆள், கஞ்சா போன்ற போதைப் பழக்கங்களுக்கு ஆளானவரைப் போல் தோன்றுகிறது.'

நான் தலையாட்டினேன். ஜயந்த் மல்லிக் கூட வந்து சேர்ந்துவிட்டார்' என்றேன். 'உண்மையாகவா? நான் அவரைப் பார்க்கவில்லை. அந்த ஹிப்பி உள்ளே நுழைந்ததுமே நான் அறைக்குத் திரும்பிவிட்டேன். மல்லிக் எப்படி இருந்தார்?'

நான், மல்லிக் பற்றி விவரித்தவுடன் லால்மோகன் பாபு மேலும் உற்சாகமடைந்தார். 'ஓ! எனக்கு அடுத்த அறையைத்தான் அவருக்குக் கொடுத்திருக்கிறார்கள் என்று நினைக்கிறேன். அவர் வந்ததை நான் பார்த்தேன். கொஞ்சம் வித்தியாசமாகத்தான் தோன்றியது. அவருடைய கைப்பெட்டியை ஒரு அறை பையன் எடுத்து வந்தான். கொஞ்சம் கனமாக இருந்தது போல்தான் தோன்றியது. பாவம் அவனால் நடக்கக்கூட முடியவில்லை. அதில் ஒன்றும் ஆச்சரியமில்லை. அதில் அந்த யக்ஷி இருக்கக்கூடும் அல்லவா?

ஃபெலுடாவைக் காணவில்லை என்பதைத் தவிர வேறு எதைப் பற்றியும் என்னால் யோசிக்க முடியவில்லை. எனவே, நான் சொன்னேன்: 'இப்பொழுது ஃபெலுடாவைக் கண்டுபிடிப்பது தான் மிகவும் முக்கியம். மல்லிக்கின் கைப்பெட்டியைப் பற்றி

கவலைப்படாதீர்கள். எல்லோராவுக்குச் செல்வதற்கான எந்த ஏற்பாட்டையும் நாம் இன்னும் செய்யவில்லை. அவுரங்காபாத்தில் உள்ள இடங்களைப் பார்ப்பதற்காக மல்லிக் இங்கே வரவில்லை என்று என்னால் உறுதியாகச் சொல்ல முடியும். நமக்கு முன்னால் அவர் எல்லோரா போய்ச் சேர்ந்துவிட்டால், அவர் மேலும் அதிகமான பாதிப்பை ஏற்படுத்திவிடக்கூடும்...!'

'என்ன அது?' என லால்மோகன் பாபு, நான் பேசும்போது இடைமறித்துவிட்டு கதவையே வெறித்துப் பார்த்தார். அறைக்குள் நுழைந்த பிறகு நான் கதவைச் சாத்திவிட்டுத்தான் வந்தேன். யாரோ கதவுக்கடியில் ஒரு துண்டு சீட்டை தள்ளிவிட்டுப் போயிருக்கிறார்கள். நான் துள்ளி எழுந்து அதை எடுத்தேன். ஃபெலுடாவின் கையெழுத்தில் மற்றொரு குறிப்பு அதில் இருந்தது.

'நம்முடைய பொருள்களை எல்லாம் எடுத்துக்கொண்டு, மதியம் ஒன்றரை மணிக்கு ஹோட்டலுக்கு வெளியே காத்திருக்கவும். 530 என்ற கொண்ட கறுப்பு நிற அம்பாசிடர் கார் வருகிறதா என்று கவனிக்கவும். வெளியே வருவதற்கு முன்னால் மதிய உணவை முடித்துக் கொள்ளுங்கள். ஹோட்டலுக்குச் செலுத்த வேண்டிய தொகை அனைத்தும் ஏற்கெனவே கொடுக்கப்பட்டுவிட்டது.'

இந்த வரிகளை மேலோட்டமாக நோட்டம் விட்டுவிட்டு கதவைத் திறந்தேன். சுற்றிலும் யாரும் தென்படவில்லை. என்றாலும், ஒரு விநாடிக்குப் பிறகு, மல்லிக் அவரது அறையிலிருந்து வெளியே வந்து அவசரமாக வரவேற்பு மேஜையை நோக்கி விரைந்து செல்வதைப் பார்த்தேன். போகும்போது என்னை ஏறிட்டுப் பார்த்தாலும், அவரால் என்னை அடையாளம் கண்டுகொள்ள முடியவில்லை என்றே தோன்றியது.

லால்மோகன் பாபு மெதுவாக என்னிடம் கிசுகிசுத்தார்: 'அவர் அறையைப் பூட்டவில்லை இங்கே யாருமே இல்லை நான் வேண்டுமானால் ஒரு நோட்டம் விட்டு வரட்டுமா? திருப்பட்ட அந்தச் சிலை கூட!

'இல்லையில்லை, ஃபெலுடாவிடம் சொல்லாமல் நாம் எதுவும் செய்யக்கூடாது. இப்பொழுதே மணி ஒன்றாகப் போகிறது. நாம் புறப்படுவதற்கான வழியைப் பார்க்க வேண்டும்.'

சில நேரங்களில் லால்மோகன் பாபுவின் உற்சாகம் பிரச்சனைகளைத்தான் உருவாக்கும். அதிர்ஷ்டவசமாக இந்தச் சமயத்தில் தன்னைக் கட்டுப்படுத்திக்கொள்ள அவர் ஒப்புக் கொண்டார்.

நாங்கள் வேகமாக மதிய உணவை முடித்துக் கொண்டு எங்கள் உடமைகளுடன் – ஃபெலுடாவுடையதையும் சேர்த்துதான் –

சரியாக 1.25 மணிக்கு வெளியே வந்தோம். சிறிது நேரத்தில் காலியான டாக்ஸி ஒன்று வந்து நின்றது. ஆனால், அது பச்சை நிற வண்டி. அதன் எண்ணும்கூட வேறாக இருந்தது. ஓட்டுநர் அந்த டாக்ஸியை எங்களுக்கு சில அடி தூரம் தள்ளியே நிறுத்தியிருந்தார். கைகளை மேலே உயர்த்தி அவர் லேசாக சோம்பல் முறிப்பதை என்னால் காண முடிந்தது?

மூன்று நிமிடங்களுக்குப் பிறகு மற்றொரு டாக்ஸி எங்கள் அருகே வந்து நின்றது. கறுப்பு நிற அம்பாசிடர் கார். அதன் எண் 530 என்று இருந்தது. இந்த வண்டியின் ஓட்டுநர் கதவு வழியாக வெளியே எட்டிப் பார்த்து எங்களிடம் கேட்டார்: 'திரு. மித்தரின் ஆள்கள் தானே?'

கொஞ்சம் தெனாவெட்டாகவே லால்மோகன் பாபு பதிலளித்தார். 'ஆமாம்! ஆமாம்!' ஓட்டுநர் வெளியே இறங்கி வந்து காரின் பின்பக்கம் பொருள்கள் வைக்கும் பகுதியைத் திறந்தார். மூன்று கைப்பெட்டிகளையும் நான் அதில் வைத்து மூடினேன்.

ஹோட்டலில் இருந்து இரண்டு பேர் வெளியே வந்தார்கள். சுபங்கர் போஸ், ஜய்ந்த் மல்லிக். அவர்கள் இருவரும் ஒன்றாகவே மதிய உணவு அருந்திக் கொண்டிருந்ததை நான் கவனித்திருந்தேன். அவர்கள் அந்த பச்சை நிற டாக்ஸிக்குள் ஏறிக் கொண்டார்கள். வண்டி உயிர்பெற்று அதாலத் சாலை வழியாக மேற்குப் பக்கமாக விரைந்தது. எல்லோராவும் அதே திசையில்தான் இருந்தது.

என்ன நடக்கிறது எனத் தெரியாத இந்த மர்மம் என்னைக் கொன்றுவிடுமோ என்றுகூட நினைத்துக்கொண்டேன். நாங்கள் எங்கே போகிறோம்? ஏன் ஃபெலுடா எங்களோடு வரவில்லை? திடீரென்று அவர் காணாமல் போனதை நினைத்து எரிச்சலாக வந்தது. அதை என்னால் கட்டுப்படுத்திக் கொள்ளவும் முடியயவில்லை. காரணம் இல்லாமல் அவர் எதையும் செய்வதில்லை என்று எனக்கு நன்றாகத் தெரிந்திருந்தாலும் என்னால் அவ்வாறு நினைக்காமல் இருக்க முடியயவில்லை.

ஹோட்டலிலிருந்து மற்றொருவர் வெளிப்பட்டார். அந்த உயரமான ஹிப்பி, ஒரு துணிப் பையுடன் வந்து கொண்டிருந்தார். அவர் நேராக எங்களிடம் வந்து, 'தொப்ஷே, சீக்கிரம் போய் உட்கார்! லால்மோகன் பாபு சீக்கிரம்!'

என்ன நடக்கிறது என்பதை உணருவதற்கு முன்பே, நான் டாக்ஸியின் பின் இருக்கையில் அமர்ந்திருந்தேன். அந்த ஹிப்பி முன் கதவைத் திறந்து, திகைத்து நின்று கொண்டிருந்த

லால்மோகன் பாபுவை உள்ளே தள்ளிக் கதவைச் சாத்திவிட்டு, என் பக்கத்தில் வந்து அமர்ந்து கொண்டே, 'போகலாம் தீனதயாள்ஜி!' என்று ஓட்டுநரிடம் சொன்னார்.

ஒப்பனை செய்து கொள்வதிலும் மாறுவேடம் போடுவதிலும் ஃபெலுடா திறமையானவர் என்று எனக்குத் தெரியும். ஆனால், குரலையும் நடையையும் பார்வையையும்கூட அவரால் மாற்றிக்கொள்ள முடியும் என்பது எனக்குத் தெரியாது. லால்மோகன் பாபு பேசக்கூட முடியாமல் திகைத்துப் போய் இருந்தபோதிலும், எங்கள் பக்கமாகத் திரும்பி ஃபெலுடாவின் கைகளைப் பிடித்துக் குலுக்கினார். என் இதயமோ இன்னமும் பந்தயக் குதிரையைப் போல் வேகமாக ஓடிக் கொண்டிருந்தது. ஏன் ஃபெலுடா மாறுவேடத்தில் இருக்கிறார் என்பதைத் தெரிந்துகொள்ள நான் மிகவும் ஆவலாக இருந்தேன்.

ஊரைவிட்டு வெளியேறி, டாக்சி வெட்ட வெளியில் நுழைந்த பிறகுதான் ஃபெலுடா வாயைத் திறந்தார். அவர் விளக்கினார்: 'இந்த மாறுவேடம் தேவையாக இருந்தது. ஏனென்றால், பாராசாத்தில் அந்த மோட்டார் பழுது பார்க்கும் கடைக்கு அருகே அவருடன் ஒரு சில வார்த்தைகளையே பேசி இருந்தாலும்கூட, மல்லிக் என்னை அடையாளம் கண்டுகொள்ள வாய்ப்பிருக்கிறது. தேவையில்லாத கேள்விகளைக் கேட்ட அதே ஆள் எல்லோராவுக்குச் செல்வதைப் பார்த்தால் அவருக்கு சந்தேகம் எழும். என் திட்டத்தை முன்கூட்டியே உங்களிடம் நான் சொல்லவில்லைதான். ஏனென்றால், என் மாறு வேடம் நன்றாகப் பொருந்துகிறதா என்பதை நான் உறுதி செய்துகொள்ள விரும்பினேன். உங்கள் இருவராலுமே என்னை அடையாளம் கண்டுகொள்ள முடியாத நிலையில் நான் மல்லிக்கை பற்றி கவலைப்பட வேண்டியதில்லை என்றானது. இன்று காலையில் நாம் புறப்படும் போதே இந்தத் துணிமணிகளும் இதர பொருள்களும் என் தோள்பையில் இருந்தன. புகைப்படம் எடுக்கப் போகிறேன் என்று நான் சொல்லிவிட்டுப் போனேனே தவிர, உண்மையில் நான் கொஞ்சம் முன்னே சென்று ஆறாம் எண் குகைக்குள் நுழைந்துவிட்டேன். அந்தக் குகை மற்ற குகைகளில் இருந்து தூரத்தில் விலகி இருக்கிறது. மேலும், அதற்குச் செல்ல வேண்டுமென்றால் மலை ஏறி இறங்க வேண்டும் என்பதால் நிறைய பேர் அந்தக் குகைக்குப் போவதில்லை. நான் மாறுவேடத்தை முடித்த பிறகு கீழே இறங்கி திரும்ப ஊருக்குள் நடந்து சென்றுவிட்டேன். முதலில் இந்த டாக்ஸியை ஏற்பாடு செய்தேன்.

பிறகு, மல்லிக் வண்டியில் இருந்து இறங்குகிறாரா என்பதைப் பார்ப்பதற்காக ரயில் நிலையத்துக்குச் சென்றேன். அவர் வந்ததும் அவரது டாக்ஸியைப் பின்தொடர்ந்தேன். வழியில் நாம் தங்கியிருந்த ஹோட்டலுக்கு வரவிரும்பிய மற்றொருவரையும் ஏற்றிக் கொண்டேன். டாக்ஸி கட்டணத்தை அவரோடு பகிர்ந்து கொள்ளமுடிந்தது.

'சரி, இப்போது சுபங்கர் போஸ் என்னைப் பற்றி ஏதாவது கேட்டால், அவசர வேலையாக பம்பாய் போக வேண்டியிருந்தது என்று நான் தகவல் அனுப்பியுள்ளதாகச் சொல்லிவிடு. இரவு தூங்கச் செல்லும் வரை நான் இந்த வேடத்தைக் கலைக்க முடியாது. நாம் ஒருவருக்கொருவர் அறிமுகமானவர்கள் என்றும் கூட சுபங்கர் போஸ் தெரிந்துகொள்ளக் கூடாது. நீயும் லால் மோகன் பாபுவும் ஒரு அறையில் இருந்து கொள்ளுங்கள். நான் அதே விடுதியில் தனி அறையெடுத்து தங்கிக் கொள்கிறேன்.'

'ஆனால், நீங்கள் யார் என்று சொல்லிக் கொள்வீர்கள்?'

'பெயர் பற்றி நீ கவலைப்பட வேண்டியதில்லை. நான் ஒரு புகைப்படக்காரர், ஹாங்காங்கில் உள்ள 'ஆசியா' என்ற பத்திரிகைக்குப் படம் எடுப்பதற்காக நான் இங்கே வந்திருக்கிறேன்.'

'சரி, நானும் லால்மோகன் பாபுவும் என்ன வென்று அறிமுகப்படுத்திக் கொள்வது?'

'அவர் கல்கத்தா கல்லூரி ஒன்றில் வரலாற்று ஆசிரியராக இருக்கிறார். நீ அவரது மருமகன்; பள்ளி இறுதி வகுப்பில் படிக்கிறாய். அடுத்த ஆண்டு அவரது கல்லூரியிலேயே வரலாறு படிக்கப் போகிறாய். உனது பெயர் தபேஷ் முகர்ஜி. லால்மோகன் பாபு அவரது பெயரை மாற்றிக்கொள்ள வேண்டியதில்லை. ஆனாலும், எல்லோராவைப் பற்றி கொஞ்சம் படித்து வைத்துக் கொள்ளுங்கள். குறிப்பாக, இந்தக் கைலாஷ் கோயில் எட்டாவது நூற்றாண்டில் ராஷ்டிரகூட் வம்சத்தில் ராஜா கிருஷ்ணா ஆட்சிக் காலத்தின் போது கட்டப்பட்டது என்பதை மட்டும் நன்றாக நினைவு வைத்துக் கொள்ளுங்கள்.'

லால்மோகன் பாபு, தனக்குத்தானே இந்த வார்த்தைகளைச் சொல்லிக்கொண்டு, பிறகு தன்னிடமிருந்த சிறிய சிவப்புக் குறிப்பேடு ஒன்றை எடுத்து, டாக்ஸியின் குலுக்கல்களுக்கு நடுவிலும் அதைக் குறித்துக்கொண்டார். ஃபெலுடா, அவரை ஏன் எங்களோடு வரச் சொன்னார் என்பது இப்போது எனக்குப் புரிந்தது. என்னைத் தெரிந்து கொள்ளாதது போல் நடிக்க

வேண்டியிருக்கும் என்பதையும் அவர் நன்றாக அறிந்திருக்க வேண்டும். லால்மோகன் பாபு எங்களோடு இருந்தால் மல்லிக்கை கண்காணிக்க மேலும் ஒரு ஜோடி கண்கள் இருக்கும். மேலும், என்னோடு வயது முதிர்ந்த ஒருவரும் துணையாக இருக்கலாம். லால்மோகன் பாபுவை 'மாமா' என்றழைக்க வேண்டுமென்பதில் எனக்கு எந்த ஆட்சே பணையும் இல்லை. ஆனால், ஃபெலுடாவைத் தொடர்பே இல்லாத ஒருவராகக் கருதி நடந்து கொள்வதுதான் எனக்கு மிகவும் கடினமானதாக இருக்கும். பரவாயில்லை. இதில் என் விருப்பம் என ஏதுமில்லை.

நான் ஜன்னல் வழியாக வெளியே பார்த்தேன். தூரத்தில் மலைகள் தெரிந்தன. சாலையின் இரு பக்கமும் நிலம் வறண்டு, பசுமையற்று இருந்தது. அங்குமிங்குமாகக் கள்ளிச் செடிகள் முளைத்திருந்தன. மற்ற இடங்களில் நான் பார்த்ததைப்போல இல்லாமல், இந்தக் கள்ளிச் செடிகள் வேறு வகையானவையாகத் தோன்றின; பெரியவையாகவும் பல அடிகள் உயரமானவை யாகவும் இருந்தன.

சிறிது நேரமாகவே எங்களுக்குப் பின்னால் வந்துகொண்டிருந்த ஒரு டாக்ஸி ஒலியெழுப்பிக் கொண்டேயிருந்தது. எங்கள் ஓட்டுநர், சற்றே வேகத்தைக் குறைத்து அந்த வண்டி எங்களைக் கடந்து செல்வதற்கு வழிவிட்டார். இன்று காலையில் நாங்கள் பார்த்த வழுக்கைத் தலை அமெரிக்கர் அந்த வண்டியில் இருந்தார். ஃபெலுடாவுடன் ஒரே டாக்ஸியில் வந்திறங்கிய அந்தப் பருத்த மனிதரும் அதில் இருந்தார்.

தூரத்தில் தென்பட்டுக் கொண்டிருந்த மலைப்பகுதியை அரை மணி நேரத்தில் நாங்கள் நெருங்கியிருந்தோம். எங்களுக்கு இடதுபக்கம் குல்தாபாத் என்றழைக்கப்படும் சிறிய ஊர் இருந்தது. இங்குள்ள சுற்றுலாப் பயணியர் விடுதியில்தான் நாங்கள் தங்கவிருந்தோம். சாதாரணமாக மற்ற நேரங்களில் இவ்வளவு குறைந்த கால அவகாசத்தில் இங்கே அறைகள் கிடைப்பது மிகவும் கடினமாகும். நல்லவேளை இது சுற்றுலாப் பயணிகள் வரும் சீஸன் இல்லை. இருந்தாலும், சுற்றுலாப் பயணிகள் அதிகமாக இல்லாத நேரம் என்பதால் திருடர்களுக்கும் கலைப் பொருள்களைச் சேதப்படுத்துபவர்களுக்கும் கொண்டாட்டமாகத் தான் இருக்கும்.

சிறிது நேரத்தில் எங்கள் வலதுபக்கம் எல்லோராவின் எண்ணற்ற குகைகளில் ஒன்றிரண்டு கண்ணில் தென்படத் தொடங்கின.

எங்கள் ஓட்டுநர் கேட்டார்: 'சுற்றுலாப் பயணியர் விடுதிக்கா? அல்லது முதலில் குகைகளைப் பார்க்க விரும்புகிறீர்களா?'

'இல்லை, முதலில் நேராகப் பயணியர் விடுதிக்குச் செல்லுங்கள்' என்று ஃபெலுடா பதிலளித்தார்.

குல்தாபாத்தை நோக்கிச் செல்லும் சாலையில் எங்கள் டாக்ஸி இடதுபுறமாகத் திரும்பியது. மலைப் பகுதியில் வரிசையாகத் தென்பட்ட குகைகளையே நான் வெறித்துக் கொண்டிருந்தேன். இதில் கைலாஷ் என்று அழைக்கப்படும் குகை எது?

குல்தாபாத்தில் தங்குவதற்கு இரண்டு முக்கிய இடங்கள்தான் இருந்தன. அதில் ஒன்று, நாங்கள் தங்குவதற்கு ஏற்பாடு செய்திருந்த பயணியர் விடுதி. மற்றொன்று மிகவும் செலவு பிடிக்கக்கூடிய, வசதியான விருந்தினர் மாளிகை. இந்த இரண்டுமே அருகருகே இருந்தன. வலுவான சுவர் அவற்றைப் பிரித்திருந்தது. அந்த பச்சை நிற டாக்ஸி விருந்தினர் மாளிகையின் அருகே நின்று கொண்டிருப்பதைப் பார்த்தேன். அப்படியானால் ஜயந்த் மல்லிக் இங்கேதான் தங்கியிருக்கிறார். நாங்கள் தங்கியிருந்த பயணியர் விடுதி சிறியதாக இருந்தாலும் மிகவும் தூய்மையாகவே இருந்தது. ஃபெலுடா, ஓட்டுநருக்கு உரிய பணத்தைக் கொடுத்துவிட்டு பதினைந்து நிமிடங்கள் காத்திருக்கும்படி அவரிடம் கூறினார். அறைகளில் பொருள்களை வைத்துவிட்டு, உடனே கைலாஷுக்குப் போகத் திட்டமிட்டிருந்தோம். ஓட்டுநரிடம் எங்களை அங்கே இறக்கி விட்டுவிட்டு அவுரங்காபாத்துக்குத் திரும்பிச் செல்லலாம் என்று ஃபெலுடா சொல்லியிருந்தார்.

சுற்றுலாப் பயணியர் விடுதியில் மொத்தம் நான்கு அறைகளே இருந்தன. ஒவ்வொன்றிலும் மூன்று படுக்கைகள் இருந்தன. ஃபெலுடாவும் எங்களுடனேயே இருந்திருக்கலாம். இருந்தாலும், தனியாக ஓர் அறை எடுத்துக்கொள்வது என்று அவர் தீர்மானித்தார். எங்களை விட்டுச் செல்வதற்கு முன்பாக அவர் என்னிடம் கிசுகிசுத்தார்: 'நன்றாக நினைவில் வைத்துக்கொள். உன் பெயர் தபேஷ் முகர்ஜி. லால்மோகன் பாபு உன் மாமா. ராஷ்டிரகூட் அரச பரம்பரை... எட்டாம் நூற்றாண்டு... ராஜா கிருஷ்ணா... இன்னும் பத்தே நிமிடங்களில் உங்களோடு வந்து சேர்ந்து கொள்கிறேன்.' பிறகு அவருக்கு ஒதுக்கப்பட்ட அறையை நோக்கிச் சென்றவாறே 'சௌகிதார்!' என உரக்கக் குரல் கொடுத்தார். அது, அவரது சொந்த குரலிலிருந்து முற்றிலும் வித்தியாசமானதாக இருந்தது.

லால்மோகன் பாடுவும் நானும் வேகவேகமாகக் குளித்துவிட்டு, உணவருந்தும் அறைக்கு விரைந்தோம். இங்குதான் எங்களைக் காத்திருக்கும்படி ஃபெலுடா சொல்லியிருந்தார். அங்கே இன்னொருவரும் இருந்தார். அந்த அமெரிக்கருடன் நாங்கள் பார்த்திருந்த அதே ஆள்தான். அவரும் எங்களுடன் இதே விடுதியில்தான் தங்கப் போகிறார் என்பது நன்றாகவே தெரிந்தது. முதலில் அவரைப் பார்த்தபோது குத்துச் சண்டை வீரராகவோ அல்லது மல்யுத்த வீரராகவோதான் எனக்குத் தோன்றியது. இப்போது அவரது கண்களை நன்றாக உற்றுப் பார்த்தேன். அவை பிரகாசமாகவும் அறிவுத் திறமை கொண்டதாகவும் தோன்றியது. அப்படியென்றால் படித்தவராகத்தான் இருக்க வேண்டும். ஒரு வேளை எழுத்தாள ராகவோ அல்லது கவிஞராகவோ கூட இருக்கலாம். என் பார்வையைக் கண்டதும் அவர் கண்களைச் சிமிட்டினார்.

புன்னகைத்தவாறே அவர் கேட்டார்: 'கைலாஷை பார்க்கப் போகிறீர்களா?'

'ஆமாம், ஆமாம். நாங்கள் கல்கத்தாவில் இருந்து வருகிறோம். நான்... நான் வந்து... என்ன சொல்லுவது? கல்கத்தாவில் உள்ள ஒரு கல்லூரியில் வரலாற்றுப் பேராசிரியர். இது என் மருமகன்...'

இதற்கு மேல் வேறெதுவும் சொல்லியிருக்க வேண்டிய தேவை யில்லை. இருந்தாலும், புது வேஷம் போடுபவர்களுக்கே உரிய பதற்றத்துடன் லால்மோகன் பாபு தொடர்ந்து பேசிக்கொண்டே இருந்தார். 'ராஷ்டிரபுத்... அதாவது ராஷ்டிரகுட் அரச பரம்பரையின் இந்த மகத்தான கலைச் செல்வத்தைப் பார்த்தே ஆக வேண்டும் என்று நான் நினைத்தேன். எனது மருமகன் மிகுந்த கலை ஆர்வம் கொண்டவன். ஒரு கலைக் கல்லூரியில் சேருவதற்கு அவன் விரும்புகிறான். அவன் நன்றாக ஓவியமும் வரைவான். பூட்டோ உனது ஓவியக் குறிப்பேட்டை எடுத்துக்கொள்ள மறந்து விடாதே!'

நான் எதுவும் பதில் சொல்லவில்லை. ஏனென்றால், எனது ஓவியக் குறிப்பேட்டை நான் எடுத்துக் கொண்டு வரவில்லை. நல்ல வேளையாக இந்த நேரத்தில் அங்கே வந்து சேர்ந்த ஃபெலுடா எங்களை ஒரு நோட்டம் விட்டார்.

அவரது புதிய குரலில் சொன்னார்: 'உங்களில் யாராவது குகைகளைப் பார்க்க வேண்டுமென்றால், என்னோடு வரலாம். எனது டாக்ஸி இன்னமும் காத்திருக்கிறது.'

நிம்மதி அடைந்தவராக லால்மோகன் பாபு அவரை நோக்கிச் சொன்னார்: 'மிக்க நன்றி. உங்கள் இரக்க குணம் வாழ்க!' பிறகு, மிகுந்த மரியாதையுடன் அந்த நபரைத் திரும்பிக் கேட்டார்: 'எங்களோடு நீங்களும் வருகிறீர்களா?'

'இல்லை. மிக்க நன்றி. நான் பிறகு வருகிறேன். முதலில் நான் குளிக்க வேண்டும்.'

நாங்கள் விடுதியைவிட்டு வெளியே வந்தோம்.

'ஃபெலு பாபு! இந்த இடத்தின் வரலாறு பற்றி கொஞ்சம் சொல்லுங்களேன். மேலும், சில விவரங்கள் இல்லாமல் என்னால் சமாளிக்க முடியாது.' தணிந்த குரலில் லாம்மோகன் பாபு வேண்டுகோள் விடுத்தார்.

'இந்திய வரலாற்றில் பல்வேறு அரசாட்சிகளைப் பற்றி உங்களுக்குத் தெரியுமா?'

'அதாவது?'

'அதாவது மௌரிய, சுங்க, குப்த, குஷாண் சோழ பேரரசுகள் போன்றவை?'

லால்மோகன் பாபுவின் முகம் வெளுத்துப் போனது. டாக்ஸியில் ஏறி உட்கார்ந்த பிறகு அவர் சொன்னார்: 'ஒன்று செய்யலாமே; காது கேட்காதவனைப் போல் நான் நடித்து விட்டுமா? அப்படி யிருந்தால் இந்தக் குகைகளின் வரலாறு பற்றியோ அல்லது நான் பதிலளிக்கக் கடினமான கேள்விகளைக் கேட்டாலோ நான் பேசாமல் இருந்துவிடலாம். இது நல்ல வழிதானே?'

'நல்லது. எனக்கு இதில் எந்த ஆட்சேபணையும் இல்லை. ஆனால், ஒன்றை மட்டும் நினைவில் வைத்துக்கொள்ளுங்கள். உங்கள் நடிப்பு ஒரே மாதிரியாக இருக்க வேண்டும்.'

'அதைப் பற்றிய கவலை வேண்டாம். இந்த வரலாற்று விவரங்களை நினைவில் வைத்துக் கொள்வதைவிட வேறு எதுவும் சுலபம்தான். இப்பொழுதுகூட விவரங்களைச் சொல்லுவதில் நான் தடுமாறினேன், பார்த்தீர்களா? ராஷ்டிரகுட் என்பதற்கு பதிலாக ராஷ்டிரபுத் என்றேன், இல்லையா?'

நாங்கள் பக்கத்தில் இருந்த விருந்தினர் மாளிகையைக் கடந்து கொண்டிருந்தோம். அதன் வெளியே ஜயந்த் மல்லிக் தனது கால் சட்டைப் பைகளுக்குள் கைகளை விட்டுக் கொண்டு, நாங்கள் தங்கியிருந்த பயணியர் விடுதியையே உற்றுப் பார்த்துக் கொண்டிருந்தார். அவர் வந்த பச்சை நிற அம்பாசிடர் இன்னமும்

சாலையில்தான் நின்று கொண்டிருந்தது. மல்லிக்கை பார்த்தவுடன், ஃபெலுடா தனது பையிலிருந்து ஒரு சிறிய சீப்பை எடுத்து என்னிடம் கொடுத்தார். 'உன் தலை வகிட்டை மாற்றி வாரிக் கொள்.' என்றார். நான் வண்டியின் பின்பக்க கண்ணாடியைப் பார்த்து, ஃபெலுடா சொன்னவாறே தலையை மாற்றி வாரிக் கொண்டேன். இந்தச் சின்ன விஷயம் எவ்வளவு பெரிய மாற்றத்தை ஏற்படுத்தி விடும் என்று யாருக்குத் தெரியும்? என் முகம் முற்றிலும் வித்தியாசமாக இருந்ததைப் பார்த்து என் கண்களாலேயே நம்ப முடியவில்லை.

சிறிது நேரத்தில் நாங்கள் முக்கிய சாலையை அடைந்தோம். இங்கிருந்து மற்றொரு சாலை மலைப் பகுதியை நோக்கிச் சென்றது. அந்தச் சாலையில் சிறிது தூரம் சென்று திரும்பியதும் புகழ் பெற்ற கைலாஷ் கோயிலின் முன்னால் வந்து சேர்ந்தோம். இங்கே நாங்கள் இறங்கிக் கொண்டதும் டாக்ஸி அவுரங்காபாத்துக்குத் திரும்பிச் சென்றது.

முதலில் இந்தக் கோயில் எப்படி இருக்கக்கூடும் என்பதை நான் யோசிக்கவே இல்லை. ஆனாலும், அதன் பிரமாண்டமான நுழைவாயிலுக்குள் நுழைந்ததும் என் தலை சுற்றத் தொடங்கியது. பெயர்த்து எடுக்கப்பட்ட யக்ஷி தலை, அக்கொடுஞ்செயலில் ஈடுபட்ட திருட்டு கும்பல், மல்லிக், சுபங்கர் போஸ் அனைத்துமே என் நினைவில் இருந்து மறைந்துபோனது. முற்று முழுதான வியப்புதான் என்னுள் நிறைந்திருந்தது. கண்களை மூடிக்கொண்டு கற்பனை செய்ய முயற்சித்தேன். பன்னிரண்டு ஆயிரம் ஆண்டுகளுக்கு முன்னால் வெறும் உளியையும் சுத்தியலையும் மட்டுமே வைத்துக்கொண்டு, இந்த மலையில் இருந்து ஒரு கோயில் முழுவதையும் ஒரு குழுவினர் உருவாக்குவதை என் மனக் கண்ணில் காண முயன்றேன். என்னால் முடியவில்லை. அந்தக் கோயில் எப்பொழுதுமே இருந்து வந்தது போலத்தான் எனக்குத் தோன்றியது. மனிதர்களால் அதை உருவாக்கியிருக்க முடியாது. ஒருவேளை மந்திரத்தால்கூட உருவாக்கி இருக்கலாம். அல்லது ஃபெலுடாவிடம் இருக்கும் புத்தகத்தில் கூறியிருந்தது போல வேறு ஒரு கிரகத்திலிருந்து வந்தவர்களால் உருவாக்கப் பட்டிருக்கலாம்.

அந்தக் கோயிலின் மூன்று பக்கத்திலும் மலைப் பகுதி உயர்ந்து நின்றது. அதைச் சுற்றிலும் குறுகலான ஒரு பாதை சென்றது. கோயிலின் இரு பக்கத்திலும் கூண்டுகளைப் போன்ற பல குகைகள்

இருந்தன. அவற்றிலும் சிலைகள் இருந்தன. கோயிலைச் சுற்றிச் சென்ற அந்தப் பாதையில் நாங்கள் நடக்கத் தொடங்கினோம். ஃபெலுடா அந்தக் கோயிலைப் பற்றிய விவரங்களைச் சொல்லிக்கொண்டே வந்தார். 'இந்த இடத்தின் நீளம் முந்நூறு அடி, அகலம் நூற்றைம்பது அடி, உயரம் நூறு அடி. இதை உருவாக்குவதற்காகக் குறைந்தது இரண்டு லட்சம் டன் எடையுள்ள பாறை குடையப் பட்டிருக்க வேண்டும். முதலில் கோயிலின் மேல் பகுதியைக் கட்டி, பிறகு அடித்தளம் வரையில் படிப்படியாக அவர்கள் வேலை செய்திருக்கவேண்டும். ஆண் பெண் கடவுள்கள், ஆண் பெண் மிருகங்கள், ராமாயணம் மற்றும் மகாபாரதம் போன்ற இதிகாசங்களில் சொல்லப்பட்ட நிகழ்ச்சிகள் ஆகியவை சிலைகளாக வடிக்கப்பட்டிருந்தன. இதில் தென்படும் அவர்களின் அழகுணர்ச்சி, பொறியியல் திறன், மிகத் துல்லியமான கணக்குகள் ஆகியவற்றை ஒரு கணம் எண்ணிப் பாருங்கள்!' சொல்லிக் கொண்டே வந்த ஃபெலுடாவின் குரல் திடீரென்று நின்றுவிட்டது. யாரோ, எங்களை நோக்கி வருகின்ற காலடிச் சத்தம் கேட்டது. ஃபெலுடா, வேண்டுமென்றே பின்தங்கி கைலாச மலையை ராவணன் அசைக்க முயல்வதைச் சித்தரிக்கும் சிற்பக் காட்சியைப் பார்வையிடத் தொடங்கினார்.

கோயிலின் பின் புறத்திலிருந்து சுபங்கர் போஸ் வெளியே வந்தார். அவர் கையில் ஒரு சிறிய குறிப்பேடு இருந்தது. தோளில் ஒரு பை தொங்கிக் கொண்டிருந்தது. சிற்பங்களைப் பார்ப்பதில் அவர் மூழ்கிப் போய்விட்டது போல் தோன்றியது. பின்பு, அவர் எங்களைப் பார்த்து சிரித்துக்கொண்டே, திடீரென்று ஏதோ நினைவுக்கு வந்ததைப் போல் கவலையுடன் கேட்டார்: 'உன் அண்ணனைப் பற்றி ஏதாவது தகவல் தெரிந்ததா?'

நான் சாதாரணமான குரலில் சொன்னேன்: 'ஆமாம். அவர் எங்களுக்குத் தகவல் அனுப்பியிருந்தார். திடீரென்று அவசர வேலையாக அவர் பம்பாய் செல்ல வேண்டியிருந்ததாம். சீக்கிரமே அவர் திரும்பி விடுவார்.'

'அப்படியா! நல்லது.' போஸ் மீண்டும் சிற்பங்களைப் பார்க்கத் தொடங்கினார். எங்களுக்குப் பின்னால் எழுந்த 'கிளிக்' சத்தத்தில் இருந்து ஃபெலுடா புகைப்படம் எடுக்கிறார் என்பது எங்களுக்கு புரிந்தது. அவர் கழுத்தில் ஒரு கேமரா தொங்கிக் கொண்டிருந்தது. புகைப்படக்காரராக அவர் காட்சி அளிக்க வேண்டுமென்றால், அவர் எங்கே சென்றாலும் அதுவும் கூடவே இருக்கவேண்டும் என்பது இயற்கைதானே?

நான் தலையை லேசாகத் திருப்பிப் பார்த்தேன். ஃபெலுடா எங்களைப் பின்தொடர்ந்து வந்து கொண்டிருந்தார். நாங்கள் கிட்டத்தட்ட கோயிலை முழுமையாகச் சுற்றி வந்து மீண்டும் கோயிலின் முன்வாசலை அடைந்திருந்தோம். அப்பொழுதுதான் வேறு ஒருவர் அங்கே நின்று கொண்டிருப்பதைப் பார்த்தோம். வெள்ளை பேண்ட்டும் நீல நிற சட்டையும் அணிந்திருந்தார்; ஜயந்த் மல்லிக்! அப்பொழுதுதான் அவர் வந்திருக்கவேண்டும். அமைதியாக நின்றிருந்த அவர், எங்களைப் பார்த்ததும் யானை சிலையை நோக்கி நகர்ந்து சென்றுவிட்டார். நான் ஏற்கெனவே பார்த்திருந்த அதே பை அவர் கையில் இருந்தது. பாராசாத்தில் இருந்து கல்கத்தா வரை அந்தப் பையுடன்தான் பயணம் செய்தார். அதைக் கையில் எடுத்துக்கொண்டு மகாராணி மாளிகைக்குள் அவர் நடந்து போனதையும் நான் பார்த்திருந்தேன். ஃபெலுடா இப்போது கிட்டத்தட்ட எங்கள் அருகே வந்திருந்தார். அந்தப் பைக்குள் என்ன இருக்கிறது என்பதைத் தெரிந்துகொள்ள நான் மிகவும் ஆவலோடு இருந்தேன். ஃபெலுடா, ஏன் நேராகவே சென்று அவர் சட்டையைப் பிடித்து நேருக்கு நேராகக் கேட்கக்கூடாது? 'உடைக்கப்பட்ட அந்தச் சிலையின் தலை எங்கே இருக்கிறது? அதை உடனே வெளியே எடு!' என்று ஏன் அவர் சத்தம் போடமாட்டேன் என்கிறார்?

ஆனால், ஃபெலுடா அப்படி செய்யமாட்டார் என்பது எனக்குத் தெரியும். போதுமான ஆதாரங்கள் இல்லாமல் அவரால் அதைச் செய்யமுடியாது. விமான விபத்து நடந்த சித்திக்பூருக்கு மல்லிக் சென்றிருந்தார் என்பது உண்மைதான். தந்தையிடம் மகள் திரும்பி வந்துவிட்டாள் என்று பம்பாயில் இருந்த யாரோ ஒருவரிடம் அவர் பேசியதும் உண்மை தான். ஆனால், இவை மட்டுமே போதுமானதல்ல. அவரிடம் பேசுவதற்கு முன்பு இன்னும் சிறிது நேரம் ஃபெலுடா காத்திருக்கத்தான் வேண்டும். எனினும், மல்லிக் வைத்திருந்த பையில் கனமான பொருள்கள் ஏதும் இருக்கிறதா என்பதைத் தெரிந்துகொள்வதற்கு ஒரு வழி இருந்தது. ஃபெலுடா, எங்களைக் கடந்துபோன மல்லிக்கை நோக்கிச் சென்றார். அவரை லேசாக இடித்துவிட்டு, அவ்வாறு இடித்ததற்கு 'மன்னிக்க வேண்டும்!' என்று கூறிவிட்டு, உடனே தன் கேமராவால் ஒரு சிலையைப் படம் எடுக்கத் தொடங்கினார். அவ்வாறு இடித்ததால் அவர் கையிலிருந்த பை இங்கும்மிங்குமாக ஆடியதை என்னால் பார்க்க முடிந்தது. அந்தப் பையில் இருந்த பொருள்கள் கனமானவை இல்லை என்றே தோன்றியது.

நாங்கள் கோயிலை விட்டுப் புறப்பட்டோம். வரும் வழியில் மேலும் இருவரைப் பார்த்தோம். அவர்களில் ஒருவர், லால்மோகன் பாபு தனது பேச்சால் கவரமுயன்ற அந்த தடித்த ஆள்; மற்றொருவர் வழுக்கைத் தலையாக இருந்த அமெரிக்கர்.

தடித்த ஆள் கையை வீசிக்கொண்டே எதையோ விளக்கிக் கொண்டு வந்தார். அந்த அமெரிக்கர் அதை ஒப்புக்கொள்வது போல் தலையைத் தலையை ஆட்டிக்கொண்டு வந்தார்.

திடீரென்று எனக்கு விசித்திரமான ஓர் உணர்வு தோன்றியது. எங்களைச் சுற்றியிருந்த அனைவருமே சந்தேகத்துக்குரிய நபர்களாகவே எனக்குத் தென்படத் தொடங்கினர். அவர்கள் ஒவ்வொருவரையும் மிகவும் நெருக்கமாகக் கண்காணிக்க வேண்டும்.

ஃபெலுடாவும் என்னை மாதிரியேதான் சிந்தித்துக்கொண்டு வருகிறாரோ?

நாங்கள் அறைக்குத் திரும்பியதும் அருகில் இருந்த விருந்தினர் மாளிகைக்குப் புறப்பட்டார், ஃபெலுடா. 'அங்கே எந்த மாதிரியான பத்திரிகைகள் இருக்கின்றன என்பதைப் பார்க்க விரும்புகிறேன்' என்பதுதான் அதற்கான அவரின் விளக்கமாக இருந்தது.

லால்மோகன் பாபுவும் நானும் சுற்றுலாப் பயணியர் விடுதிக்குத் திரும்பினோம். எங்கள் இருவருக்குமே நல்ல பசி. எனவே, லால்மோகன் பாபு வேலையாளைக் கூப்பிட்டு தேநீரும் பிஸ்கட்டும் கொண்டு வருமாறு சொன்னார். உணவருந்தும் அறை, சிறிய வரவேற்பறைக்கு நேர் எதிராகத்தான் இருந்தது. அதற்கு வலப் புறத்தில் இருந்த ஒன்றாம் எண் அறையில்தான் நாங்கள் தங்கினோம். அறை எண் இரண்டு காலியாகத்தான் இருந்தது. இந்த இரண்டு அறைகளுக்கும் நேர் எதிரே அறை எண் மூன்றும் நான்கும் இருந்தன. அதில் ஒன்றில்தான் அந்த தடித்த மனிதரும் மற்றொன்றில் ஃபெலுடாவும் தங்கியிருந்தனர்.

லால்மோகன் பாபு இன்னமும் மூக்கை நுழைக்க வேண்டுமென்ற எண்ணத்திலேயேதான் இருந்தார். தேநீரை அருந்திக்கொண்டே அவர் சொன்னார்: 'இதோ பார் தபேஷ்! தற்சமயத்துக்கு இந்த விஷயத்தில் அந்த அமெரிக்கரை விட்டுவிடலாம். இப்போது மூன்று பேர்தான் மிஞ்சியிருக்கிறார்கள். போஸ், மல்லிக் மற்றும் இங்கு தங்கியிருக்கும் அந்த நபர். போஸ், மல்லிக் இருவரைப் பற்றியுமே நமக்கு ஏதோ கொஞ்சம் தெரியும். அது சரியானதா அல்லது தவறான தகவல்களா என்பது கடவுளுக்குத்தான் வெளிச்சம். ஆனால், அந்த மூன்றாவது மனிதரைப் பற்றி நமக்கு எதுவுமே தெரியாது; அவர் பெயர்கூடத் தெரியாது. நாம் இப்போது அவரது அறையை எட்டிப் பார்க்கலாம். அது பூட்டியிருப்பது போல் தெரியவில்லை.

இந்த யோசனை எனக்குப் பிடிக்கவில்லை. எனவே நான் கேட்டேன்: 'ஒருவேளை விடுதியின் காவலாளி நம்மைப் பார்த்துவிட்டால்?'

'நாம் உள்ளே போய்விட்டால் அவனால் பார்க்க முடியாது. நீ இங்கே இருந்து அவன் வருகிறானா என்று பார். அவன் இந்தப் பக்கமாக வந்தால் நீ இருமத் தொடங்கு. உடனே நான் அறையை விட்டு வெளியே வந்து விடுகிறேன். நாம் ஏதாவது உதவி செய்தால் உன் அண்ணன் அதைப் பாராட்டத்தான் செய்வார். அந்த மனிதரின் கைப்பெட்டியும்கூட கனமாக இருப்பது போல்தான் தெரிகிறது.

உலகம் முழுவதுமே இப்பொழுது கனமான கைப்பெட்டிகளால் நிரம்பியதாகத் தோன்றியது. இருந்தாலும், என்னால் அவரைத் தடுக்க முடியவில்லை. உண்மையைச் சொல்ல வேண்டுமென்றால், ஃபெலுடாவைத் தவிர வேறு யார் முன்பும் நான் இதுபோல் நடந்து கொண்டதில்லை. இந்த ஆலோசனையில் ஒருவிதமான துறுதுறுப்பு நிறைந்திருந்தது. எனவே, அவரது யோசனையை நான் ஏற்றுக்கொண்டேன்.

நான், பின்புறம் இருந்த வராந்தாவுக்குச் சென்றேன். அங்கே, வராந்தாவைப் பார்த்தவாறு ஒரு சிறிய முற்றம் இருந்தது. அதை அடுத்து சமையலறை இருந்தது. அதற்கும் அடுத்து காவலாளியின் அறை இருந்தது. அதன் வெளியே ஒரு சைக்கிள் நின்று கொண்டிருந்தது. சுமார் பன்னிரண்டு வயது மதிக்கத்தக்க ஒரு பையன் காவலாளியின் மகனாகக்கூட இருக்கலாம் மிகுந்த கவனத்துடன் அந்த சைக்கிளை துடைத்துக் கொண்டிருந்தான். லேசான சத்தம் கேட்டு நான் திரும்பிப் பார்த்தேன். மூன்றாம் எண் அறைக்குள் லால்மோகன் பாபு மெதுவாக நுழைந்து கொண்டிருந்தார். சில நிமிடங்களுக்குப் பிறகு லேசான கணைப்புச் சத்தம் கேட்டது. அவரது வேலை முடிந்துவிட்டது என்பதை எனக்குத் தெரிவிக்கும் தகவல்போல் இருந்தது அது. நாங்கள் எங்கள் அறைக்குத் திரும்பினோம்.

'அங்கே ஒன்றும் விசேஷமாக இல்லை' என்றார் லால்மோகன் பாபு. 'அவரது கைப் பெட்டி மிகவும் பழையது. ஆனால் பூட்டியிருந்தது. நான் கைப்பிடியை இழுத்தபொழுதும் கூட திறக்கவில்லை. மேஜை மேல் ஒரு கண்ணாடிக் கூடு இருந்தது. அதில் 'ஸ்டெம்பன்ஸ் கம்பெனி, கல்கத்தா' என்று பொறித்திருந்தது. கூடவே ஒரு பாட்டிலில் ஜீரணத்துக்கான மாத்திரைகளும் கொசு

கடிக்காமல் இருக்க உடலில் தடவிக்கொள்ளும் ஓடோமாஸ் கிரீம் ஒன்றும் இருந்தது. இப்போது வேறெதுவும் அங்கே நான் ....'

'யாருடைய பொருள்களைப் பற்றி நீங்கள் பேசுகிறீர்கள்?' என்று கேட்டார் ஃபெலுடா. நாங்கள் திடுக்கிட்டுத் திரும்பினோம். ஒரு பேயைப் போல சத்தமே இல்லாமல் அவர் எங்கள் அறைக்குள் நுழைந்திருக்கிறார்.

இப்பொழுது உண்மையை ஒப்புக்கொள்ளத் தான் வேண்டும். ஆனால், ஆச்சரியமூட்டும் வகையில் அவர் எங்கள் மீது கோபப்படவில்லை. அவர் கேட்டதெல்லாம், 'இதைச் செய்வதற்குக் குறிப்பிட்ட காரணம் ஏதாவது இருக்கிறதா?' என்பதுதான்.

லால்மோகன் பாபு விளக்க முயன்றார். 'அந்த ஆளைப் பற்றி நமக்கு எந்த விவரமும் தெரியாதல்லவா... அதாவது, அவர் தன் பெயரைக்கூட நம்மிடம் சொல்லவில்லை. ஆளும் பார்க்க ரொம்ப தடியாகத்தான் இருக்கிறார். இந்த விவகாரத்தில் ஒரு பெரிய கூட்டமே இறங்கியிருக்கிறது என்று நீங்கள்தானே சொன்னீர்கள்? அதுதான் நான் நினைத்தேன்...'

'அதாவது, அந்தக் கும்பலில் அவரும் ஒருவர் என்று நீங்கள் நினைத்தீர்களாக்கும்? பெயரைத் தெரிந்து கொள்வதற்காக அவரது அறையை அலச வேண்டிய அவசியமில்லை. அவர் பெயர் ஆர்.என். ரக்ஷித். அவரது கைப்பெட்டியின் ஒரு பக்கத்தில் அந்தப் பெயர் எழுதியிருக்கிறது. தற்போதைக்கு இதற்குமேல் அவரைப் பற்றித் தெரிந்துகொள்ள வேண்டிய அவசியமில்லை என்றுதான் நான் நினைக்கிறேன். மீண்டும் அவரது அறைக்குள் செல்லாதீர்கள். தேவையில்லாத பிரச்சனையைத்தான் அது உருவாக்கும். எப்படியிருந்தாலும், அவரை சந்தேகப்படுவதற்குத் தகுந்த காரணங்கள் எதுவும் நம்மிடம் இல்லை.'

'நல்லது. அப்படியானால் அந்த அமெரிக்கர் மட்டும்தான் பாக்கி!'

'அவரது பெயர் லெவிஸன்; சாம் லெவிஸன். இன்னுமொரு யூதர் இங்கே வந்திருக்கிறார். அவர் நல்ல வசதியானவரும்கூட. நியுயார்க் நகரில் அவருக்குச் சொந்தமாக ஒரு கலைக்கூடம் கூட இருக்கிறது!'

'இவ்வளவு விவரங்கள் உங்களுக்கு எப்படித் தெரிந்தது?' என்று வியப்புடன் நான் கேட்டேன்.

'விடுதி மேலாளர்தான் எனக்குச் சொன்னார். நாங்கள் பொதுவாகப் பேசிக் கொண்டிருந்தோம். மிக நல்ல மனிதர்.

துப்பறியும் கதைகளில் மிகுந்த ஆர்வம் உள்ளவர். உண்மையைச் சொல்ல வேண்டும் என்றால் மற்ற கோயில்களில் நடந்த திருட்டுகளைப் பற்றி படித்ததுமே, எப்போது அந்தத் திருடர்கள் இங்கே வரப்போகிறார்கள் என்று அவர் ஆவலுடன் காத்துக் கொண்டிருக்கிறார்.'

'நீங்கள் இங்கே எதற்காக வந்திருக்கிறீர்கள் என்று அவரிடம் சொன்னீர்களா, என்ன?'

'ஆமாம். அவரால் நமக்குப் பெருமளவுக்கு உதவமுடியும். மல்லிக் அந்த விடுதியில்தான் தங்கியிருக்கிறார் என்பதை மறந்து விடாதீர்கள். மல்லிக், பம்பாயில் யாருடனோ தொலைபேசியில் பேச முயற்சித்திருக்கிறார் என்று தெரிந்தது. ஆனால், அவரால் தொடர்புகொள்ள முடியவில்லை.'

அன்று இரவு பயணியர் விடுதியில் தங்கியிருந்த நான்கு அறைக்காரர்களுமே ஒன்றாக இரவு உணவு அருந்த அமர்ந்தனர். ஃபெலுடா ஒரு வார்த்தைகூட பேசவில்லை. ரகூித், லால்மோகன் பாபுவை நோக்கித் திரும்பி அவருடன் பேசத் தொடங்கினார். வரலாற்றில் ஒரு குறிப்பிட்ட காலப்பகுதியை சிறப்பாகப் பயின்றிருக்கிறாரா என்று அவர் லால்மோகன் பாபுவிடம் அறிந்துகொள்ள விரும்பினார். அதற்குப் பதிலாக எகிப்தில் இருக்கின்றன என்பதைத் தவிர பிரமிடுகளைப் பற்றி தனக்கு எதுவும் தெரியாது என்று பதிலளித்தார் லால்மோகன் பாபு. அதன்பிறகு அவர் சப்பாத்தித் துண்டுகளை எடுத்து பருப்புக் கிண்ணத்தில் மூழ்கடிக்கத் தொடங்கினார். ரகூித் என்னை மிகுந்த குழப்பத்துடன் பார்த்தார். நான் ஒரு கையை காதின் மேல் வைத்து தலையை ஆட்டியவாறே, எனது மாமாவுக்குக் காது கேட்காது என்று சைகையால் தெரிவித்தேன். ரகூித் தலையை வேகமாக ஆட்டிவிட்டு, மேற்கொண்டு கேள்விகள் கேட்காமல் அடங்கினார்.

இரவு உணவுக்குப் பிறகு ஃபெலுடா நேராக தனது அறைக்குச் சென்றுவிட்டார். நாங்கள் இருவரும் காலாற நடந்து வரலாம் என்று வெளியே வந்தோம். வெளியே வேகமாகக் காற்று அடித்துக் கொண்டிருந்தது. வெளுத்துப் போயிருந்த நிலா, மேகக் கூட்டங் களுக்கு நடுவே அவ்வப்போது தலைகாட்டிக் கொண்டிருந்தது. எங்கிருந்தோ தாழம்பூவின் நறுமணம் காற்றில் பரவி வந்தது. இவை அனைத்திலும் மனத்தைப் பறிகொடுத்துவிட்ட லால் மோகன் பாபு, சாஸ்திரீயமான ராகத்தைப் பாட முடிவு செய்து

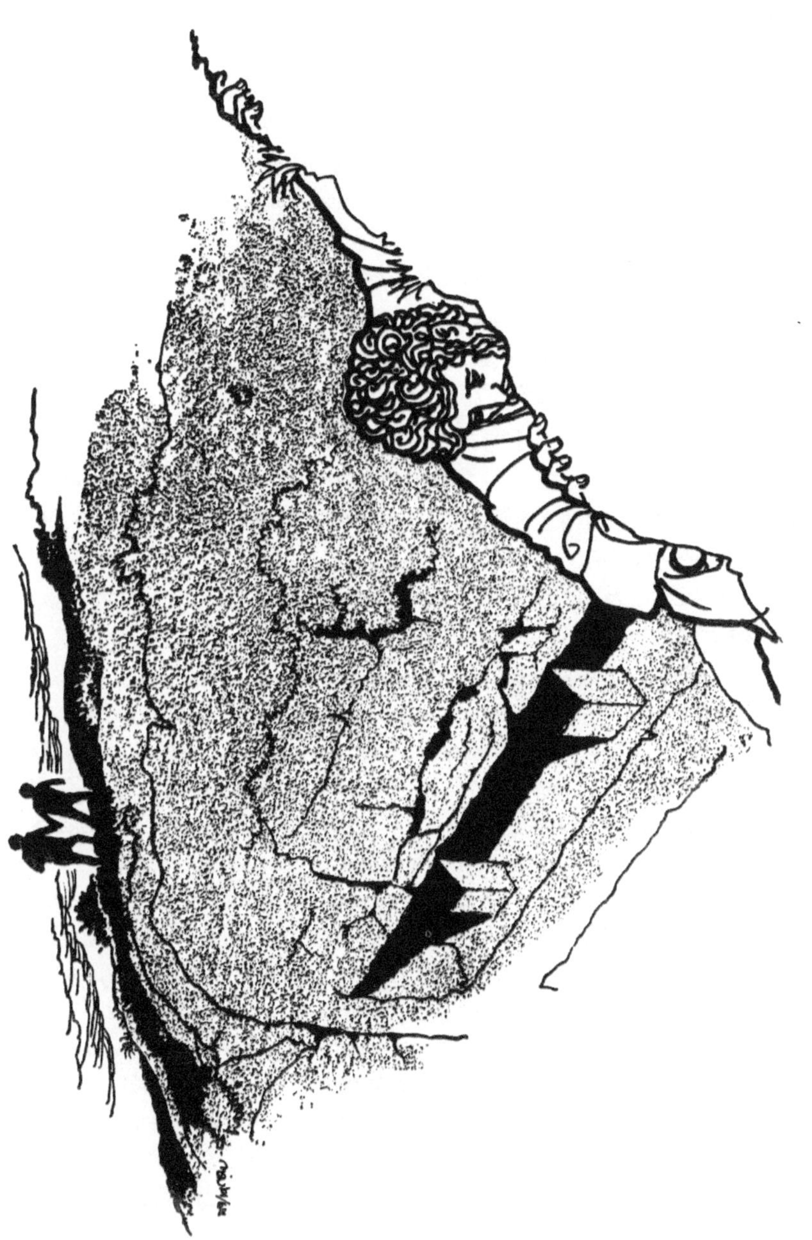

விட்டார். எனக்கும் மனம் ஒரு மாதிரி லேசாகத்தான் இருந்தது. சரியாக அந்த நேரத்தில்தான் சுற்றுலாப் பயணியர் விடுதியில் இருந்து யாரோ ஒருவர் எங்களை நோக்கி நடந்து வருவதைப் பார்த்தோம். லால்மோகன் பாபு பாடுவதை நிறுத்திவிட்டு சிலையென நின்றுவிட்டார். (ஒரு விதத்தில் அது எனக்கு நிம்மதியைக் கொடுப்பதாகத்தான் இருந்தது. ஏனென்றால், அவரது ராக ஆலாபனை அந்த அளவுக்கு ஸ்ருதி பேதத்துடன் இருந்தது.) அந்த மனிதர் எங்களுக்கு அருகே வந்ததும்தான் என்னால் அவரை அடையாளம் காணமுடிந்தது. சுபங்கர் போஸ்தான் அது. 'உன் அண்ணன் இங்கிருந்தால் நன்றாயிருக்கும் என நினைக்கிறேன்.' லால்மோகன் பாபு என்னிடம் முணுமுணுத்தார்.

'என்ன காலாற நடக்கப் போகிறீர்களா?' என்று கேட்டார் போஸ். பிறகு, தொண்டையை கணைத்துக்கொண்டே, சுற்றுமுற்றும் ஓரிருமுறை பார்த்துவிட்டு, தாழ்ந்த குரலில் கேட்டார்: 'அந்த நீல நிற சட்டை மனிதரை உங்களுக்குத் தெரியுமா?'

இந்த முறை லால்மோகன் பாபுவால் காது கேளாதவரைப் போல் நடிக்க முடியவில்லை. போஸ் ஏற்கெனவே அவருடன் பேசியிருக் கிறார்.

'ஏன் கேட்கிறீர்கள்? எங்களைத் தெரியும் என்றா அவர் கூறினார்?' என்று கேட்டார் லால்மோகன் பாபு.

போஸ் மீண்டும் தன் பின்பக்கம் பார்வையை ஓட்டியவாறே சொன்னார்: 'அந்த ஆள் கொஞ்சம் விசித்திரமாகத்தான் இருக்கிறார். இந்தியக் கலைகளில் அவருக்கு மிகுந்த ஆர்வம் இருப்பதாகச் சொன்னார். எல்லோராவுக்கு வருவது இதுவே முதல்முறை என்றும் கூறினார். இருந்தாலும், கோயிலில் அவரைச் சந்தித்தபோது சிற்பங்கள் எதிலும் அவர் மனத்தைப் பறி கொடுத்தது போல் தோன்றவில்லை. கொஞ்சம்கூட ஈடுபாடு இல்லாதவராகத்தான் தெரிகிறது என்றுகூடச் சொல்லுவேன். நான் எல்லோராவுக்கு வருவது, இது இரண்டாவது முறையாக இருந்தபோதிலும் அந்தச் சிற்பங்களைப் பார்த்து மயிர்க்கூச் செறிந்தேன். இந்த ஆள் கலையைப் பற்றியும் சிற்பங்களைப் பற்றியும் கவலைப்படாதவர் என்றால், இங்கே ஏன் வந்தார்? அவரிடம் இல்லாத ஒன்றை, இருப்பதாக ஏன் அவர் காட்டிக் கொள்ள வேண்டும்?'

நாங்கள் அமைதியாக இருந்தோம். எங்களால் என்ன சொல்ல முடியும்?

'சமீபத்தில் நாளிதழ்களைப் படித்தீர்களா?' போஸ் மீண்டும் பேச்சைத் தொடர்ந்தார்.

'ஏன் கேட்கிறீர்கள்?'

'நமது புராதன கலைச் சிற்பங்கள் விற்கப்படுகின்றன. இரவோடு இரவாக நம் கோயில்களில் சிற்பங்கள் காணாமல் போகின்றன.'

'உண்மையாகவா?! இதைப் பற்றி எனக்குத் தெரியாது. எத்தகைய அவமானம் இது. இப்படியெல்லாம் தொடர்ந்து நடந்து கொண்டுதான் இருக்கிறது, இல்லையா?' என்று கேட்டார் லால்மோகன் பாபு. அவரது நடிப்பு அவ்வளவு தூரம் நம்பக் கூடியதாக இல்லை. இருந்தாலும், அதிர்ஷ்டவசமாக போஸ் அதை கவனித்ததாகத் தெரியவில்லை. அவர் இன்னும் கொஞ்சம் நெருங்கி வந்து சொன்னார்: 'அந்த ஆள் சற்றுநேரத்துக்கு முன்புதான் விருந்தினர் மாளிகையில் இருந்து கிளம்பிச் சென்றார்.'

'எந்த ஆள்?'

'மல்லிக்.'

'என்ன?!' நாங்கள் இருவருமே ஒரே நேரத்தில் கேட்டோம். லால்மோகன் பாபு சொன்னது சரிதான். ஃபெலுடா இந்தச் சமயத்தில் இங்கே இருந்திருக்க வேண்டும்.

'நாமும் ஏன் போகக்கூடாது? என்று கேட்டார் போஸ். அவரது குரல் ஆர்வத்தால் நடுங்கியது. 'இப்போதா?! எங்கே போவது?' தட்டுத் தடுமாறியவாறே கேட்டார் லால்மோகன் பாபு.

'குகைகளுக்குத்தான்.'

'ஆனால், இப்பொழுது மூடியிருக்குமே? நிச்சயமாகக் காவலாளிகள் யாராவது இருப்பார்கள், இல்லையா?'

'ஆமாம். ஆனால் முப்பத்து நான்கு குகைகளுக்கும் சேர்த்து மொத்தம் இரண்டே இரண்டு காவலாளிகள்தான். எனவே, அது ஒன்றும் பிரச்சனை இல்லை. மல்லிக் ஒரு பையுடன் வெளியே செல்வதை நான் பார்த்தேன். உங்கள் பங்களாவில் இருக்கும் அந்த ஹிப்பியும் அவரும் பையுடன் வெளியே போகிறார்கள். உண்மையைச் சொல்லுவதானால், அந்த ஹிப்பியின் மீதும்கூட எனக்குச் சந்தேகமாகத்தான் இருக்கிறது. அவர் யாரென்று உங்களுக்குத் தெரியுமா?'

லால்மோகன் பாபுவுக்குக் கிட்டத்து்ட தொண்டை அடைத்துக் கொண்டு விட்டது. 'அவர்... அவர் ஒரு புகைப்படக் கலைஞர்.

மிக நன்றாகப் புகைப்படம் எடுப்பார். அவர் எடுத்த புகைப் படங்களில் சிலவற்றை எங்களிடம் காட்டினார். அவர் இங்கே ஏதோ வேலையாகத்தான் வந்திருக்கிறார்.'

இப்போது யாரோ பங்களாவில் இருந்து வெளியே வந்தார்கள். அது ரக்ஷித்தான். ஒரு கையில் தடிமனான கைத்தடியையும் மற்றொரு கையில் டார்ச் விளக்கு ஒன்றையும் அவர் வைத்திருந்தார். தடியான கறுப்பு மேலங்கி ஒன்றை அணிந்திருந்தார். ஒரு நிமிடம் நின்று லால்மோகனின் காதுகள் அருகே சென்று அவர் உரக்கக் கத்தினார். 'இரவு உணவுக்குப் பிறகு ஒரு மைலாவது நடக்க வேண்டும்!' பிறகு, புன்னகைத்தவாறே நடந்து விருந்தினர் மாளிகை இருந்த திசையில் சென்று மறைந்துவிட்டார். 'இரவு வணக்கம்!' என்று எங்களிடம் கூறிவிட்டு அவரைப் பின்தொடர்ந்து சென்றார், போஸ். லால்மோகன் பாபு முகத்தைச் சுருக்கியவாறே கேட்டார்: 'அந்த ஆள் ஏன் ஒரு மைல் நடக்க வேண்டும் என்று என்னிடம் கூறினார்?'

'நீங்கள் சாப்பிட்ட உணவு ஜீரணிப்பதற்காக இருக்கும். நாம் போய் ஃபெலுடாவைத் தேடலாம். நாம் இப்பொழுது கேட்டதை அவரிடம் சொல்லியே ஆகவேண்டும். எல்லோருமே குகைகள் இருக்கும் பக்கமாகப் போயிருப்பதாகவே தோன்றுகிறது. இது எனக்குச் சரியாகப் படவில்லை. ஃபெலுடா என்ன நினைக்கிறார் என்று பார்க்கலாம்.'

காவலாளி அறையில் இருந்த ஒரு லாந்தர் விளக்கைத் தவிர விடுதிக்குள்ளே ஒரே இருட்டாகத்தான் இருந்தது. அது எங்களுக்கு வியப்பாக இருந்தது. இயல்பாகவே ரக்ஷித் வெளியே செல்லும்போது அவரது அறையின் விளக்கை அணைத்துவிட்டுதான் போயிருப்பார். நாங்களும் அதைத்தான் செய்திருந்தோம். ஆனாலும், ஃபெலுடாவின் அறை ஏன் மூடியிருக்கிறது? அந்த அறையில் ஏன் விளக்கு எரியவில்லை? ஒருவேளை அவர் ஏற்கெனவே தூங்கப் போயிருப்பாரா? ஆனால், இப்பொழுது நேரம் 10.30 மணிதான். அவரது அறையில் ஒரு ஜன்னல், வராந்தா பக்கம் திறப்பதுபோல் இருந்தது. ஆனால், இப்பொழுது அந்த ஜன்னலும் இறுக்கமாக மூடியிருந்ததுடன் உள்ளேயிருந்த திரைச்சீலையும் நன்றாக இழுத்து விடப்பட்டிருந்தது. நான் மெதுவாக அந்த ஜன்னலை நோக்கிச் சென்று மெல்லிய குரலில் ஃபெலுடாவை அழைத்தேன். பதில் ஏதுமில்லை. அவர் வெளியே போயிருக்கக்கூடும். ஆனாலும், முன்வாசல் வழியாக அவர் சென்றிருந்தால், நிச்சயமாக நாங்கள்

அவரைப் பார்த்திருந்போம். ஒருவேளை காவலாளி அறைக்குப் பின்பக்கம் இருந்த சிறுவாசல் வழியாக வெளியே போயிருப்பாரோ?

கொஞ்சம் ஏமாற்றத்துடன் நாங்கள் எங்கள் அறைக்குத் திரும்பி, விளக்கைப் போட்டோம். உடனேயே தரையில் கிடந்த ஒரு சிறு துண்டுக் காகிதம் எங்கள் கண்களில் தென்பட்டது. அந்தக் காகிதத்தில் ஃபெலுடாவின் கையெழுத்தில், 'உங்கள் அறையிலேயே இருங்கள்!' என்று எழுதியிருந்தது.

கொஞ்சம் நிம்மதிப் பெருமூச்சு விட்டபடியே லால்மோகன் பாபு சொன்னார்: 'என் அருமை தபேஷ்! என்னை மிகவும் கவலைப்படச் செய்வது எது தெரியுமா? உன் அண்ணன் நடந்து கொள்ளும் விதம்தான். அதுதான் எனக்கு மிகவும் மர்மமாக இருக்கிறது. உண்மையைச் சொல்லுவதென்றால், இந்த வழக்கில் வேறெந்த பெரிய மர்மமும் இருப்பதாக எனக்குத் தோன்றவில்லை.'

அறையிலேயே இருக்குமாறு ஃபெலுடா எங்களிடம் சொல்லி யிருந்தார். ஆனால், அவர் எப்போது திரும்பி வரக்கூடும் என்பதைப் பற்றி எதுவுமே சொல்லவில்லை. இப்போது படுக்கச் செல்ல முடியாது. எனவே, அடுத்த அரை மணி நேரத்தை நானும் லால்மோகன் பாபுவும் குறுக்கெழுத்துப் போட்டியில் செலவிட்டோம். பிறகு, அவர் தனது அடுத்த நாவலின் கதைக் கரு பற்றி சொல்லிக் கொண்டிருந்தார். 'இந்த முறை நான் புதுவிதமான ஒரு சண்டையை அறிமுகப்படுத்தி இருக்கிறேன். எனது கதாநாயகனின் கைகளும் கால்களும் கட்டப்படும். இருந்தாலும், அவர் தன் தலையை மட்டுமே பயன்படுத்தி வில்லனைத் தோற்கடிப்பார்.'

அப்படியென்றால், பிரபாகர் ருத்ரா தன் மூளையைப் பயன்படுத்தி வெற்றி பெறப் போகிறாரா அல்லது தலையை மோதியவாறே வெற்றியடையப் போகிறாரா என்று நான் அவரிடம் கேட்கவிருந்த நேரத்தில்தான் ஃபெலுடா திரும்பி வந்தார். நாங்கள் அவரை ஆர்வத்துடன் ஏறிட்டுப் பார்த்தோம். ஆனால், அவர் ஏதும் சொல்லவில்லை. இதற்குள் நாங்கள் இருவரும் ஒரு விஷயத்தை நன்றாகப் புரிந்து கொண்டிருந்தோம். தகவல்களைச் சொல்வதில்லை என்று ஃபெலுடா முடிவெடுத்தால், ஆயிரம் கேள்விகளைக் கேட்டாலும்கூட அவரது வாயைத் திறக்கச் செய்ய முடியாது. அவர் விரும்பினால் எல்லாவற்றையுமே எங்களிடம் சொல்லிவிடுவார்.

இறுதியில் அவர் கேட்ட கேள்வி எங்களைத் தூக்கிவாரிப் போடச் செய்தது. 'லால்மோகன் பாபு, இந்த முறை நீங்கள் ஆயுதம் ஏதாவது எடுத்து வந்திருக்கிறீர்களா?!'

ஆயுதங்களைச் சேகரிப்பது லால்மோகன் பாபுவுக்குப் பிடித்தமான ஒரு பொழுதுபோக்கு. நாங்கள் ராஜஸ்தானுக்குச் சென்றபோது அவரிடம் நேபாளி கத்தி ஒன்று இருந்தது; பிறகு, நாங்கள் சிம்லாவுக்குச் சென்றபோது அவரிடம் பூமராங் ஆயுதம் இருந்தது. ஃபெலுடா கேட்டதும் லால்மோகன் பாபுவின் கண்கள் பளீரிடத் தொடங்கின. 'ஆமாம்! இந்த முறை என்னிடம் ஒரு கையெறி வெடிகுண்டு இருக்கிறது.'

'வெடிகுண்டா?!'

அவர் சொல்லுவதை என்னால் நம்பவே முடியவில்லை. லால்மோகன் பாபு தனது கைப்பெட்டியைத் திறந்து கனமான ஒரு பழுப்பு நிற பொருளை வெளியே எடுத்தார். அது கிட்டத்தட்ட ஒரு சிறிய டார்ச் வடிவத்தில் இருந்தது. அதை ஃபெலுடாவை நோக்கி நீட்டிக்கொண்டே சொன்னார்: 'எனது பக்கத்து வீட்டுக்காரர் திரு. சமதாரின் மகன் உத்பல் ராணுவத்தில் பணிபுரிகிறான். கடந்த மார்ச் மாதம் அவன் வீட்டுக்கு வந்திருந்த போது இதை எனக்குக் கொடுத்தான். 'இதோ பாருங்கள் மாமா' நான் உங்களுக்கு என்ன கொண்டு வந்திருக்கிறேன் என்று... இது ஒரு வெடிகுண்டு! தீவிரமான போர்க்களத்தில்தான் இதைப் பயன்படுத்துவார்கள்! என்று சொல்லிக் கொடுத்தான். உத்பல் எனது கதைகளை மிகவும் விரும்பிப் படிப்பான்.'

ஃபெலுடா அதை மேலோட்டமாகப் பார்த்துவிட்டுச் சொன்னார்: 'இது என்னிடமே இருக்கட்டும். வேறெங்கேயும் இதை வைத்திருப்பது மிகவும் அபாயகரமானது.'

'நல்லது. இதன் எடை எத்தனை மெடாகன் இருக்கும் என்று நினைக்கிறீர்கள்?'

அவர் கேட்க நினைத்தது மெகா டன். ஃபெலுடா இந்தத் தவறை கண்டு கொள்ளவேயில்லை. அவர், அந்த 'குண்டை' தனது தோள்பையில் போட்டுக்கொண்டு சொன்னார்: 'நாம் வெளியே போகலாம். எல்லோருமே வெளியே போயிருக்கிறார்கள். நாம் மட்டும் ஏன் உள்ளேயே இருக்கவேண்டும்?'

இருண்டு கிடந்த பங்களாவை விட்டு நாங்கள் வெளியே வரும்போது மணி 11.30 ஆகியிருந்தது. மேகங்கள், நிலவை முழுமையாகத் தங்களுக்குள் மூடியிருந்தன. காற்று, இன்னமும்

வேகமாக வீசிக் கொண்டிருந்தது. அருகில் இருந்த விருந்தினர் மாளிகையில் ஓர் அறையில் மட்டும் விளக்கு எரிந்து கொண்டிருந்தது. அந்த அமெரிக்கரின் அறைதான் அது என்று ஃபெலுடா சொன்னார். போஸும் மல்லிக்கும் திரும்பியிருப்பார்களா என்று சொல்வது கடினம்.

நாங்கள் முக்கிய வீதியை அடைந்தபோது, கீழ்த்திசை முற்றிலும் மேகங்களால் நிரம்பியிருந்தது. வானத்தில் கனத்த இடி சத்தம் கேட்டது. அப்போது லால்மோகன் பாபு சொன்னார்: 'அடக்கடவுளே! மழையில் நாம் மாட்டிக்கொண்டால் என்ன செய்வது?'

'மழை பெய்யத் தொடங்குவதற்கு முன்னால் நாம் குகைகள் இருக்கும் பகுதிக்குச் சென்றுவிட்டால், மழையில் நனையாமல் பாதுகாப்பாக இருக்க ஏராளமான இடங்கள் இருக்கின்றன' என்று ஃபெலுடா எங்களுக்கு நம்பிக்கை ஊட்டினார்.

ஆனால் அதிர்ஷ்டவசமாக, அதற்குப் பிறகும்கூட நீண்ட நேரத்துக்கு மழையேதும் வரவில்லை. நாங்கள் கைலாஷ் கோயிலை அடைந்திருந்தோம். ஆனால், ஃபெலுடா அதன் முன்வாசல் வழியாக உள்ளே நுழையாமல், அதற்கு இடதுபக்கம் திரும்பினார். சற்று நேரத்துக்குப் பிறகு, பாதையை விட்டு விலகி மலையின் மீது ஏறத் தொடங்கினார். முன்வாயில் தவிர வேறு எதாவது வழியாக அந்தக் கோயிலுக்குள் செல்லமுடியுமா என பார்க்கிறார் என்பதை நான் புரிந்துகொண்டேன். இத்தகைய அவரது நடவடிக்கைகள் ஏற்கெனவே எனக்கு நன்கு தெரிந்தவைதான். எங்கு பார்த்தாலும் புதர்கள் மண்டி, சரளைக் கற்கள் நிரம்பிக் கிடந்தன. இருப்பினும், மெல்லிய நிலவு வெளிச்சம், வழி தேடிச் செல்ல எங்களுக்கு உதவியது.

ஃபெலுடா வலது பக்கம் திரும்பினார். நாங்கள், வந்த வழியே இப்பொழுது திரும்பிக் கொண்டிருந்தோம். ஆனாலும், வழக்கமாகப் பார்வையாளர்கள் நடந்து வரும் பாதைக்கு சில அடிகள் மேலாக நாங்கள் சென்று கொண்டி ருந்தோம். ஓரிரு நிமிடங்களுக்குப் பிறகு ஃபெலுடா திடீரென்று நின்றார். அவருக்கு வலது பக்கத்தில் எதையோ கவனிப்பதைப் பார்த்து என் பார்வையும் அதே திசையில் தொடர்ந்தது.

தூரத்தில் ஏதோ ஒரு பட்டு ரிப்பன் விரித்தது போலத் தெரிந்தது. ஊருக்குச் செல்லும் பாதை அதுதான். அந்தச் சாலை வழியாக யாரோ ஒருவர் வேகமாக நடந்தார். பயணியர் விடுதி

அல்லது விருந்தினர் மாளிகையை நோக்கித்தான் அவர் சென்று கொண்டிருக்க வேண்டும்.

'நிச்சயமாக அது ரக்ஷித்தாக இருக்காது' என்று லால்மோகன் பாபு முணுமுணுத்தார்.

'உங்களுக்கு எப்படித் தெரியும்?'

'ரக்ஷித் ஒரு மழைக் கோட் அணிந்திருந்தார்.' அவர் சொன்னது சரிதான்.

அந்த மனிதர் ஒரு மூலையில் திரும்பி, பார்வையிலிருந்து காணாமல் போனார். நாங்கள் மீண்டும் எங்கள் நடையைத் தொடர்ந்தோம். சிறிது நேரத்துக்குப் பிறகு, நாங்கள் மீண்டும் நிற்க வேண்டியதாயிற்று. ஏதோ விசித்திரமான சத்தம் கேட்டது. தாளை தேய்த்தாலோ அல்லது இலை அசைந்தாலோ கேட்கும் சத்தத்தைப்போல இருந்தது அது. அந்தச் சத்தம் எங்கிருந்து வருகிறது?

ஃபெலுடா கீழே உட்கார்ந்தார். நாங்களும் உட்கார்ந்தோம். ஒரு பெரிய கள்ளிச் செடிகளின் புதர் எங்களை மறைத்து நின்றது. அந்தச் சத்தம் மேலும் சிறிது நேரம் தொடர்ந்தது. பிறகு திடீரென்று நின்றது.

நாங்கள் மெதுவாக எழுந்து நின்றோம். மிகப் பெரிய, கரிய மேகங்கள் வானம் முழுக்க நிரம்பியிருந்தன. எங்கள் வழியைக்கூட பார்க்க முடியாத நிலை. இருந்தாலும், ஃபெலுடா தொடர்ந்து சென்று கொண்டிருந்தார். சிறிது நேரத்திலேயே கோயில் மீண்டும் கண்ணில் தென்படத் தொடங்கியது. அதன் கோடுரக் கலசம் எங்கள் முன்னே நின்றது. கோடுரக் கலசத்துக்குச் சில அடிகள் கீழே, மேல் தளத்திலேயே நான்கு சிங்கத்தின் உருவச் சிலைகள் நின்று கொண்டிருந்தன. அவை ஒவ்வொன்றும் கிழக்கு, மேற்கு, வடக்கு, தெற்கு திசைகளைப் பார்த்தவாறு இருந்தன. அவற்றுக்கு நேர் கீழே கோயிலின் முன் வாயிலில் இரண்டு யானை சிலைகள் இருந்தன.

நாங்கள் தொடர்ந்து நடந்து கொண்டிருந்தோம். இந்தப் பக்கமிருந்துதான் அந்தச் சத்தம் வந்தது. ஆனால், இப்பொழுது சந்தேகத்துக்கு இடமான எதையும் காண முடியவில்லை. ஃபெலுடாவிடம் டார்ச் விளக்கு இருந்தது. எனினும், அதை அவர் இயக்கமாட்டார் என்பது எனக்குத் தெரியும். இந்தப் பக்கம் யாராவது இருந்தால் அந்த டார்ச் ஒளி அவர்கள் கண்ணில் பட்டுவிடும் என்பதுதான் அதற்குக் காரணம்.

நாங்கள் கோயிலைக் கடந்து, ஒரு குகை அருகே வந்திருந்தோம். அது பதினைந்தாம் எண் குகை. அதைக் கடந்து அடுத்த குகையை

நோக்கி நகர்ந்தோம். ஃபெலுடா, மீண்டும் அசைவற்று நின்றார். அவர் ஒருவிதமான இறுக்கத்துடன் இருப்பதை என்னால் உணர முடிந்தது. அவர் மெதுவாக முணுமுணுத்தார்: 'வெளிச்சம். பதினைந்தாம் எண் குகைக்குள் யாரோ டார்ச் விளக்கை அடிக்கிறார்கள். அதற்கு முன்னால் உள்ள முற்றத்தைப் பாருங்கள், மற்றவற்றைவிட பிரகாசமாகத் தெரியவில்லை?'

அது உண்மைதான். லால்மோகன் பாபுவும் நானும் இந்த மாற்றத்தை கவனிக்கவில்லை. ஃபெலுடாவின் கூர்மையான கண்கள் தான் அதைக் கண்டு பிடித்தது. ஓரிரு நிமிடங்கள் மூச்சை அடக்கிக்கொண்டு அப்படியே நின்றிருந்தோம். பிறகு, யாரும் எதிர்பார்க்காத ஒரு செயலை ஃபெலுடா செய்தார். ஒரு சிறு கல்லை எடுத்து முற்றத்தை நோக்கி வீசினார். அது கீழே விழுந்தபோது எழுந்த லேசான சத்தத்தை என்னால் கேட்க முடிந்தது. அடுத்த விநாடியே குகைக்குள் இருந்து வந்த வெளிச்சம் காணாமல் போனது. டார்ச் விளக்கை அணைத்திருக்க வேண்டும். சிறிது நேரத்துக்குப் பிறகு ஒரு ஆள் வெளியே வந்து, திருடனைப் போல பதுங்கிப் பதுங்கிச் செல்வதைப் பார்த்தோம். 'அது ரக்ஷித்தாக இருக்குமோ?' லால்மோகன் பாபு மெதுவாகக் கேட்டார். அந்த நபரை என்னால் அடையாளம் காண முடியவில்லை. என்றாலும், அவர் மழைக் கோட்டு அணிந்திருக்க வில்லை என்பதை மட்டும் என்னால் உறுதியாகச் சொல்ல முடியும்.

இதைத் தொடர்ந்து நடைபெற்றது எல்லாம் என்னை மூச்சுத் திணறச் செய்த சம்பவங்கள்தான். கொஞ்சம்கூட எச்சரிக்கை செய்யாமல் ஃபெலுடா கீழே இறங்கத் தொடங்கினார். அவர் தாவிக் குதித்தும் தவழ்ந்தும் சென்று, குரங்கைப்போல் மரக்கிளையைப் பிடித்துத் தொங்கி, கீழே தரையில் குதித்து காணாமல் போனார். நான் பேச்சு மூச்சற்று நின்றிருந்தேன். ஒரு நிமிட மௌனத்துக்குப் பிறகு லால்மோகன் பாபு சொன்னார்: 'அவர் மட்டும் சர்க்கஸில் சேர்ந்திருந்தால் நல்ல புகழ் கிடைத்திருக்கும்!'

பதினைந்தாம் எண் குகை சற்றே தாழ்வான பகுதியில் இருந்தது. ஃபெலுடா அங்கேதான் சென்றிருந்தார். சுமார் மூன்று நிமிடங்களுக்குப் பிறகு (எனக்கு அது மூன்று மணி நேரமாகத் தோன்றியது) அவர் கீழே இறங்கியதைப் போலவே அனைத்து வித்தைகளையும் காட்டிக்கொண்டு மேலே ஏறினார். ஒரு கையில்

டார்ச் விளக்கு, தோளில் ஒரு பை, இடுப்பில் சொருகிய துப்பாக்கி அனைத்துடனும் அவரால் எப்படி இவ்வாறு துள்ளிக் குதிக்க முடிகிறது என்று எனக்குப் புரியவில்லை.

'அது தசாவதாரக் குகைகளில் ஒன்று. இரண்டு தனங்கள் உள்ளன. மிகவும் அற்புதமான சிலைகளும் இருக்கின்றன.' மூச்சுவாங்கியவாறே சொன்னார் ஃபெலுடா.

'நீங்கள்... நீங்கள் அது யாரென்று பார்த்தீர்களா?' என்று மூச்சுத் திணறியவாறே கேட்டேன்.

ஃபெலுடா உடனே பதிலேதும் சொல்ல வில்லை. பிறகு அவர் சொன்னார்: 'நான் நினைத்ததுபோல இந்த விஷயம் அவ்வளவு சுலபமானதல்ல. இந்தச் சிக்கலை அவிழ்க்க எனக்கு இன்னும் சற்று நேரம் பிடிக்கும்.'

நாங்கள் கோயிலுக்குச் செல்லும் முக்கிய பாதையைக் கண்டுபிடித்து, கீழே இறங்கி மீண்டும் கோயில் அருகே சென்றோம். ஆனால், ஃபெலுடா இன்னும் தன் வேலையை முடிக்கவில்லை. ஒரு காவலாளியைக் கண்டுபிடித்து, 'யாராவது மேலே ஏறிச் சென்றதைப் பார்த்தீர்களா?' என்று கேட்டார்.

'இல்லை சார்!' என்று அந்தக் காவலாளி பதிலளித்தார்.

'சத்தம் ஏதாவது கேட்டதா? சந்தேகத்துக்கு இடமாக ஏதாவது தெரிந்ததா?'

'இல்லை சார். இடி இடித்துக்கொண்டே இருந்தது. அதனால் வேறு எதுவும் கேட்கவில்லை.'

'நாங்கள் கோயிலுக்குள் போகலாமா?'

அவர் அதற்கு ஒப்புக்கொள்ள மாட்டார் என்று எனக்குத் தெரியும். அதே மாதிரிதான் அவரும் சொன்னார்: 'இல்லை சார். இரவு நேரத்தில் யாரையும் உள்ளேவிடக் கூடாது என்று எங்களுக்கு உத்தரவு இட்டிருக்கிறார்கள்.'

நாங்கள் மீண்டும் பங்களாவுக்குத் திரும்பினோம். நாங்கள் அதை நெருங்கும்போதே, அது கொஞ்சம் வித்தியாசமாகத் தெரிந்தது. கட்டடத்தின் கிழக்குப் பக்கம் இருந்த இரண்டு ஜன்னல்களும் சாலையைப் பார்த்தவாறு இருந்தன. வெளியிலிருந்தே அவற்றை எங்களால் பார்க்க முடியும். அதில் ஒன்று ரகூஷித் தங்கியிருந்த அறை. மற்றொன்று ஃபெலுடா தங்கியிருந்தது. ஃபெலுடாவின் அறை மிகவும் இருட்டாக இருந்தது. ஆனால், ரகூஷித்தின் அறை வெளிச்சமாக இருந்தது. அந்த வெளிச்சம் ஒரு

டார்ச் விளக்கில் இருந்து வந்தது. அதுவும்கூட ஒரே மாதிரியாக நிலையாக இருக்கவில்லை. அதைக் கையில் பிடித்திருந்தவருக்குப் பைத்தியம் பிடித்துவிட்டதோ என்று தோன்றும்படி, டார்ச் விளக்கில் இருந்து பாய்ந்த வெளிச்சம் அறை முழுவதையும் சுற்றிவிட்டு, ஜன்னல் பக்கம் வந்தது. பிறகு, அருகிலுள்ள விருந்தினர் மாளிகைப் பக்கம் வெளிச்சம் சென்று, பின்பு கீழே இறங்கியது. அதன்பிறகு, மீண்டும் அறைக்குள் செல்வதற்கு முன்பாகச் சாலையோர புதரின் அருகே சென்றது. யார், இப்படியெல்லாம் செய்கிறார்கள் என்பதை எங்களால் பார்க்க முடியவில்லை. 'மிகவும் விசித்திரமாகத்தான் இருக்கிறது!' என்று முணுமுணுத்தார் ஃபெலுடா.

நாங்கள் பங்களாவுக்குள் சென்றோம். இதற்குள் மழை லேசாகத் தூற ஆரம்பித்தது. வெளியே கும்மிருட்டு.

எட்டு

இதுவரை நாங்கள் சந்தித்துள்ள வீரதீரச் செயல்கள் எல்லாம் எதிர்பாராத திருப்பங்களைக் கொண்டிருந்ததை நான் கவனித்திருக்கிறேன். அந்த திடீர் திருப்பங்களில் எல்லாம் ஒரு கணம்கூட ஃபெலுடா நிலை தடுமாறியதில்லை. பிரச்சனைகளின் போதும் அமைதியாக இருக்கும் அவரது இந்தத் திறமையைக் கண்டு நான் வியந்திருக்கிறேன். ஆனால், இந்த முறை நிகழ்ந்தது அவரை மிகவும் கோபம் கொள்ளச் செய்தது.

மறுநாள் காலையில் சீக்கிரமாகவே எழுந்து விசித்திரமான சத்தம் வந்த அந்த இடத்துக்குச் சென்று பார்ப்பது என்று, இரவு படுக்கப் போவதற்கு முன்னால் நாங்கள் முடிவு செய்து கொண்டோம். அதை கவனிப்பது நல்லது என்று கருதினார் ஃபெலுடா. எனவே, நாங்கள் காலையில் ஐந்து மணிக்கே எழுந்து, ஒரு தம்ளர் தேநீர் அருந்திவிட்டு அரைமணி நேரத்தில் பங்களாவில் இருந்து கிளம்பினோம். எங்களுக்கு முன்பாகவே எழுந்து, அவரது ஒப்பனையை மீண்டும் போட்டுக்கொண்டு தயாராக இருந்தார், ஃபெலுடா. ஞாபகமாக எனது தலையை வலது பக்கம் வகிடு எடுத்து வாரிக்கொண்டேன். லால்மோகன் பாபுவும் தனது தோற்றத்தில் ஏதாவது மாற்றம் செய்துகொள்ள வேண்டும் என்று ஆசைப்பட்டார். என்றாலும், ஃபெலுடா உறுதியாக மறுத்து விட்டதால் அவரால் எதுவும் செய்ய முடியவில்லை.

சூரியன் உதித்த உடனேயே பார்வையாளர்களுக்காகக் குகைகள் திறக்கப்படுவது வழக்கம். முதல் பார்வையாளராக நாங்கள் அங்கே இருக்கவேண்டும் என்று விரும்பினோம். சரியாக ஆறு மணிக்கெல்லாம் நாங்கள் அங்கே போய்ச் சேர்ந்துவிட்டோம். ஆனால், நாங்கள் முற்றிலும் வியப்படையும் வகையில் அந்தப்

பகுதி முழுவதுமே மக்களால் நிரம்பியிருந்தது. வெளியே ஏராளமான கார்களும் வேன்களும் நின்று கொண்டிருந்தன. சூரிய ஒளியைப் பிரதிபலிக்கும் தகடு அங்கே நிறுத்தப் பட்டிருப்பதைப் பார்த்ததும்தான், அங்கே என்ன நடக்கிறது என்பது எனக்குப் புரிந்தது. ஒரு ஹிந்தி படப் பிடிப்புக்காக பம்பாயில் இருந்து திரைப்படக் குழு ஒன்று வந்திறங்கியிருந்தது. குழுவின் இதர உறுப்பினர்கள் படப்பிடிப்புக்கான தயாரிப்பு வேலைகளில் ஈடுபட்டிருந்தனர். 'அய்யோ வேண்டாம்!' என்று ஏமாற்றத்துடன் கூவினார் ஃபெலுடா. 'ஏன் இவர்கள் வேறெங்காவது போயிருக்கக் கூடாது?' என்றார் அவர்.

கையில் ஒரு திரைப்பட பத்திரிகையை வைத்துக்கொண்டிருந்த இளைஞர் அங்கு மிங்குமாகச் சென்று கொண்டிருந்தார். லால் மோகன் பாபு அவரைத் தன் பக்கம் அழைத்தார்.

'இந்தப் படத்தின் பெயர் என்ன என்று உங்களுக்குத் தெரியுமா?'

'ஓ, தெரியுமே! கோடீஸ்வரன்.'

'யார் இதில் நடிக்கிறார்கள்?'

'மூன்று பேர் பெரிய நட்சத்திரங்கள். இன்று எடுக்கப்போகும் காட்சியில் ரூபா, அர்ஜுன் மெஹ்ரோத்ரா, பல்வந்த் சோப்ரா ஆகியோர் நடிக்கிறார்கள். அவர்கள் இந்தப் படத்தின் கதாநாயகி, கதாநாயகன், வில்லன்!'

அர்ஜுன் மெஹ்ரோத்ராவின் பெயரைக் கேட்டதும் லால் மோகன் பாபுவின் விழிகள் வியப்பால் விரிந்தன. 'ஏதாவது பாடல் காட்சி உண்டா?' என்று ஆர்வமாகக் கேட்டார் அவர்.

'இல்லையில்லை. சண்டைக் காட்சியைப் படமாக்குவதற்குத்தான் நாங்கள் வந்திருக்கிறோம். சண்டைக் காட்சிக்கான நடிகர்கள், நட்சத்திரங்களுக்காக டூப் போடுபவர்கள், சண்டைக் காட்சி இயக்குநர் எல்லோருமே வந்திருக்கிறார்கள். ஒரு குகையிலிருந்து கைலாஷ கோயிலை நோக்கி கதாநாயகன் வில்லனைத் துரத்திக்கொண்டு ஓடும் காட்சியைத்தான் படமாக்கப்போகிறோம்.'

'அப்போது கதாநாயகி?'

'அவர் குகைக்குள்ளேயேதான் இருப்பார். வில்லன் அவரை இந்தக் குகைக்குள்தான் சிறை வைத்திருப்பார். ஆனாலும், கதாநாயகன் வந்தவுடன் வில்லன் தன் உயிரைக் காப்பாற்றிக் கொள்ள தப்பியோடுகிறார். இந்தக் காட்சியின் உச்சகட்டம் கோயிலின் உச்சியில் நிகழுமாறு திட்டமிட்டுள்ளோம்.'

'கோயிலின் உச்சியிலா?'

'ஆமாம்?'

'யார் இந்தப் படத்தின் இயக்குநர்?'

'மோகன் ஷர்மாதான் இந்தப் படத்தின் இயக்குநர். இருந்தாலும், இன்று எடுக்கப்போகும் சண்டைக் காட்சிகளை அப்பாராவ் என்ற சண்டைக் காட்சி இயக்குநர்தான் இயக்குகிறார்.'

'இதற்கு எவ்வளவு நேரம் ஆகும்?'

'ஊஹூம், அதைச் சொல்லுவது மிகவும் கடினம். காலை பத்து மணிக்குத் தொடங்கலாம் என்றிருக்கிறோம். எப்படியிருந்தாலும், மதியம் ஒரு மணிக்குள் முடித்துவிடுவோம்.'

அப்படியென்றால், கிட்டத்தட்ட இன்று முழுவதுமே இந்த இடம் முழுக்க அவர்கள் கையில்தான் இருக்கப்போகிறது.

'என்னால் அதை நம்பவே முடியயவில்லை. இதற்கு அவர்களால் எப்படி அனுமதி பெற முடிந்தது?' பற்களைக் கடித்துக்கொண்டே ஃபெலுடா கேட்டார்.

கோயிலுக்குள் எங்களால் நுழைய முடியாது என்ற நிலையில், நேற்றிரவு செய்ததைப் போலவே அதன்மேல் ஏறிச்சென்று பார்ப்பது என முடிவெடுத்தோம். என்றாலும், கோயிலைச் சுற்றியிருந்த மலைப்பகுதியிலும்கூட திரைப்படக் குழுவினர் அதற்கான கருவிகளைப் பொருத்திக் கொண்டிருந்தார்கள். அவர்கள் சாதாரண சுற்றுலாப் பயணிகளைக் கோயிலுக்குள் நுழையவிடாமல் தடுத்து நிறுத்தியது போலவே அவர்களாலும் கோயிலுக்குள் நுழைய முடியவில்லை. ஏனென்றால், படப்பிடிப்புக்கான அதிகாரபூர்வமான அனுமதிக் கடிதம் இன்னும் வந்து சேரவில்லை. இதைப் பின்னர்தான் நாங்கள் தெரிந்துகொண்டோம். அனுமதி கடிதத்தை எடுத்துக்கொண்டு வேறு ஒரு கார் வந்து கொண்டிருப்பதாகச் சொன்னார்கள். அந்தக் கடிதத்தை நேரடியாகப் பார்க்காமல் கதவைத் திறக்க முடியாது என்று காவலாளி திட்டவட்டமாகக் கூறிவிட்டார்.

ஃபெலுடா, எரிச்சலுடன் நாக்கை மடக்கி ஒலியெழுப்பிக் கொண்டே சொன்னார்: 'இதற்கு மேலும் நாம் நேரத்தை வீணாக்க வேண்டாம். பதினைந்தாம் எண் குகைக்குள் போகமுடியுமா என்று முயற்சிப்போம். அப்படியாவது இந்தச் சத்தத்திலிருந்து விடுபட்டு, அங்குள்ள அழகான சிற்பங்களைப் பார்த்துக் கொண்டிருக்கலாம்.'

கோயிலின் மற்றொரு பக்கத்திலிருந்து மேலே ஏறி, அந்தக் குகையை நோக்கி நாங்கள் நடந்து கொண்டிருந்தோம். அப்போது ஒரு பெரிய மஞ்சள் நிற அமெரிக்க கார் கோயிலை நோக்கி வந்து கொண்டிருந்தது. அந்த மூன்று நட்சத்திர நடிகர்களும் சண்டைக் காட்சி இயக்குநரும் வந்துவிட்டார்கள் என்று புரிந்தது.

பதினைந்தாம் எண் குகைக்கு தசாவதார குகை என்று பெயர் என ஏற்கெனவே ஃபெலுடா எங்களிடம் கூறியிருந்தார். நாங்கள் போகும் வழியில் நவீன அவதாரங்களாக இருவரைப் பார்த்தோம். ரக்ஷித்தும் லெவிஸினும்தான் அந்த நவீன அவதாரங்கள். குகையின் முகப்பில் நின்று, இருவரும் உரக்கப் பேசிக் கொண்டிருப்பது எங்களுக்குத் தூரத்திலேயே தெரிந்தது. அருகில் சென்றதும்தான் அவர்கள் பேசுவது நன்றாகக் கேட்டது. அந்த அமெரிக்கர் சொன்னார்: 'இதற்கு மேலும் இங்கே இருப்பதில் எந்த பயனுமில்லை என்றுதான் நான் நினைக்கிறேன்.' கோபமாகச் சொல்லிவிட்டு அந்த இடத்திலிருந்து நகர்ந்துவிட்டார் அவர். ரக்ஷித் எங்களை நோக்கி நடந்து வந்து, தோள்களைக் குலுக்கியவாறே, கசப்பான ஒரு புன்னகையுடன் எங்களிடம் கூறினார்: 'இங்கே இருக்கும் ஏற்பாடுகள் குறித்து அவர் புகார் செய்கிறார். குறிப்பாக, அவர் தங்கியிருக்கும் விருந்தினர் மாளிகையைப் பற்றித்தான் அவர் என்னிடம் சொன்னார். 'ஒரு முட்டையை எப்படிப் பொறிப்பது என்பதே உங்களுக்குத் தெரியாதபோது, என்னுடைய டாலர்களை நான் இங்கே செலவு செய்வேன் என்று எப்படி எதிர்பார்க்கமுடியும்? அவர் கையில் பணம் இருப்பதால் உலகமே தன் வசம் இருப்பதாகத்தான் நினைத்துக் கொண்டிருக்கிறார்.'

'இது மிகவும் விசித்திரமாகத்தான் இருக்கிறது. கலைகளில் மிகுந்த ஆர்வம் இருப்பதாகத்தானே அவர் காட்டிக்கொண்டார்? இதுபோன்ற, இந்தியக் கலைகளின் மிகச்சிறந்த உதாரணங்கள் நிரம்பிய இடத்தில் நின்றுகொண்டு அவரால் எப்படி முட்டையைப் பொறிப்பது பற்றி பேச முடிகிறது?' என்றார் ஃபெலுடா.

'அது சரி, அமெரிக்காவில் முட்டையை எப்படி பொறிப்பார்களாம்?!' தெரிந்துகொள்ள விரும்பினார் லால்மோகன் பாபு.

இதற்கு பதில் சொல்லுவதற்காக ரக்ஷித் வாயைத் திறந்தார். அதற்குள் அவர் தன் வாயை மூடிக்கொள்ள வேண்டியதாயிற்று. ஏனெனில், கோயிலில் இருந்து வெளிப்பட்ட ஓர் அலறல் சத்தம் எங்கள் அனைவரையும் உலுக்கிப் போட்டது. லால்மோகன்

பாபுதான் அந்த அதிர்ச்சியிலிருந்து முதலில் மீண்டார். 'அது வில்லனாகத்தான் இருக்கும்! அவர்கள் படப்பிடிப்பைத் தொடங்கியிருக்கவேண்டும். வில்லன் கூச்சல் போட்டுவிட்டுத் தப்பித்துப் போகிறான் போலிருக்கிறது' என்று வியப்புடன் கூறினார் அவர்.

ஆனால் அப்படியில்லை. அங்கே ஒரு களேபரமே தொடங்கி யிருந்தது. ஆளாளுக்குக் கத்திக்கொண்டும் கூச்சல் போட்டுக் கொண்டும் இருந்தார்கள். ஏதோ அசம்பாவிதம் நடந்திருக்கிறது என்று புரிந்தது. ஃபெலுடா வேகமாக அந்த திசையை நோக்கி நடந்தார். நாங்களும் வேகமாக அவரைப் பின்தொடர்ந்தோம். நாங்கள் மீண்டும் கோயிலின் வாசலைச் சென்றடைந்தபோது, பழுப்பு நிற சட்டை அணிந்திருந்த ஒருவரைத் தூக்கிக்கொண்டு செல்வதைப் பார்த்தோம். அவர் நினைவற்று இருப்பதுபோல் தோன்றியது. அந்த மஞ்சள் நிற காருக்கு அவரை எடுத்துச் சென்றார்கள். பின்னால் அந்த மூன்று நட்சத்திர நடிகர்களும் வந்து கொண்டிருந்தார்கள். கதாநாயகி ரூபா, அர்ஜூன் மெஹ்ரோத்ராவின் மீது சாய்ந்தவாறே மெதுவாக நடந்து வந்தார். வில்லன் பல்வந்த், அவரது கையைப் பிடித்தவாறே காதில் ஆறுதல் வார்த்தைகளைச் சொல்லிக் கொண்டு வந்தார். அதைப் பார்த்தபோது கதாநாயகி ரூபா ஏதோ பயந்து போன சிறுமியைப் போலவும் ஆறுதலான வார்த்தைகள்தான் அவரைத் தேற்றும் என்பது போலவும் தோன்றியது.

ஓரிரு விநாடிகளுக்குப் பிறகு, ஏற்கெனவே நாங்கள் பார்த்துப் பேசியிருந்த இளைஞர் வெளியே வந்தார்.

'என்ன ஆயிற்று? மோசமான சம்பவம் ஏதும் நடந்துவிட்டதா?' என்று அவரிடம் கேட்டார் லால்மோகன் பாபு.

'அங்கே... அங்கே கோயிலுக்குப் பின்னால் ஒரு பிணம் கிடக்கிறது. பார்க்கவே கோரமாக இருந்தது!'

'அடக் கடவுளே! அந்தக் காரில் தூக்கிக்கொண்டு போன ஆள் யார்?'

'அப்பாராவ். அவர்தான் முதலில் அந்த உடலைப் பார்த்தார். ஒருமுறைதான் பார்த்தார். அவ்வளவுதான், மயக்கம் போட்டு விழுந்துவிட்டார்!'

ஃபெலுடாவும் ரக்ஷித்தும் கோயிலுக்குள் சென்றார்கள். திரைப்படக் குழுவினர் அனைவரும் கோயிலைவிட்டு வெளியேறிக் கொண்டிருந்தார்கள். இன்று இனிமேல் படப்பிடிப்பு தொடருமா என்ற கேள்விக்கே இடமில்லை.

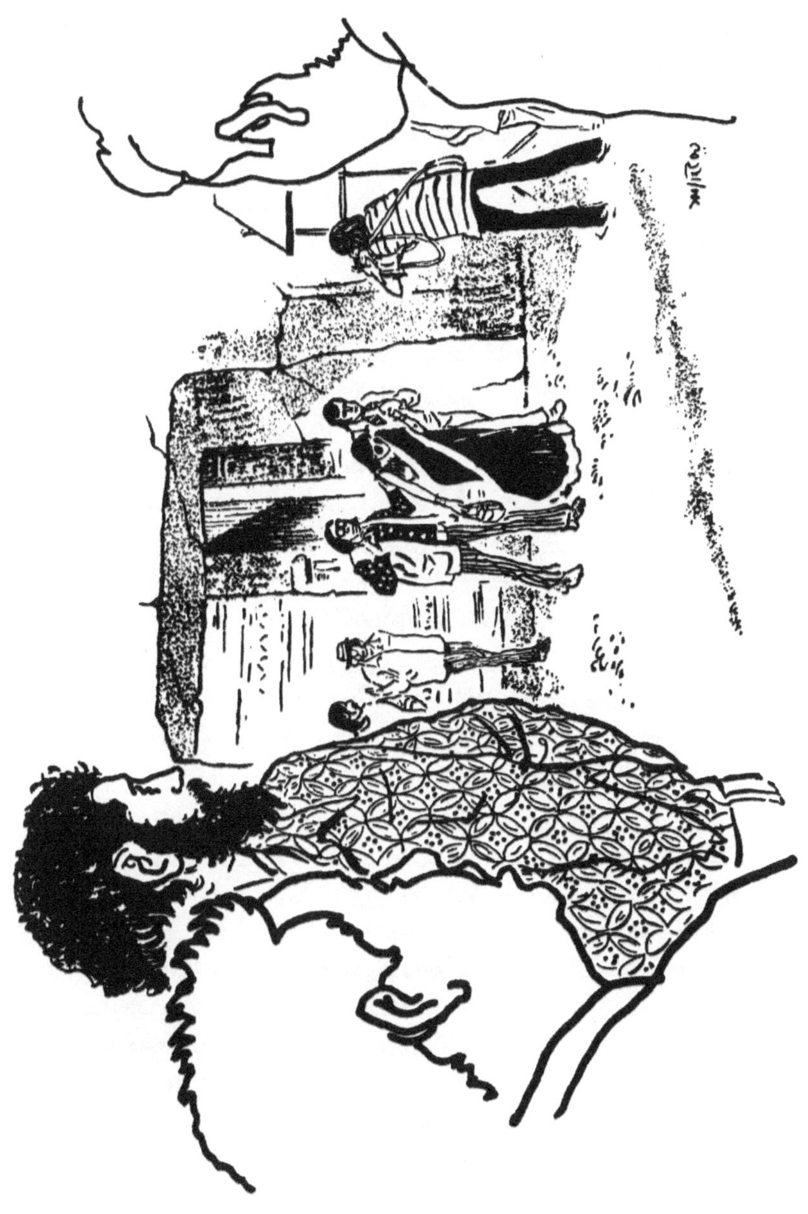

லால்மோகன் பாபுவும் நானும் இடது பக்கம் இருந்த தாழ்வாரம் வழியாக நடந்து சென்றோம். எங்களுக்கு வலது பக்கத்தில் கீழ்தளத்தில் யானைகள், சிங்கங்கள் எனச் சிற்பங்கள் பலவும் இருந்தன. இந்தக் கோயில் முழுவதையும் தங்களது தோள்களில் தாங்கிக் கொண்டிருப்பது போலத்தான் அவைத் தோற்றமளித்தன. நாங்கள் சென்ற வழி வலது பக்கம் திரும்பியபோது நாங்கள் நின்றுவிட்டோம். அங்கே, மேலும் பலர் நின்றுகொண்டு கீழே தெரிந்த ஒரு பள்ளத்தையே வெறித்துப் பார்த்துக் கொண்டிருந்தார்கள். ஒருவேளை அங்கேதான் அந்த உடல் கிடக்கிறது போலும். ரக்ஷித் அந்தக் கும்பலில் இருந்து வெளியே வந்து எங்களைத் தடுத்து நிறுத்தினார். 'இதற்கு மேல் போகாதீர்கள். பார்க்க சகிக்காது என்றார் அவர். உண்மையில் அந்த உடலைப் பார்க்க வேண்டுமென்று நான் விரும்பவில்லை. இருந்தாலும், இறந்தவரைப் பற்றித் தெரிந்துகொள்ள நான் ஆர்வமாக இருந்தேன். அது யாராக இருக்கும்? நான் கேட்பதற்கு முன்பாகவே ஃபெலுடா கூட்டத்திலிருந்து வெளியே வந்து இந்தக் கேள்விக்கு பதில் சொன்னார்.

'சுபங்கர் போஸ்! அந்தச் செங்குத்தான உயர பாறையின் நுனியில் இருந்து தவறி விழுந்து, கீழே பள்ளத்திலுள்ள பாறைகளில் மோதி இறந்திருக்கலாம் என நான் நினைக்கிறேன்.'

'விசித்திரம்தான்! மிகவும் விசித்திரம்தான்!!' வாய்க்குள்ளேயே முணுமுணுத்துக் கொண்டார், லால்மோகன் பாபு. 'எனது கதையில் வில்லன் கணேஷ்யாம் கர்க்கத் இப்படித்தான் இறக்க வேண்டும் என்று திட்டமிட்டிருந்தேன்!'

ஃபெலுடா அந்த இடத்தைவிட்டு நகரத் தொடங்கினார். எனவே, நானும் லால்மோகன் பாபுவும் அவரைப் பின்தொடர வேண்டியதாயிற்று எங்களுக்கு முன்னால் ரக்ஷித் நடந்து சென்று கொண்டிருந்தார். அவர் திடீரென்று திரும்பி நின்று, தலையை ஆட்டியவாறே சொன்னார்: நேற்று இரவுதான் நான் அவரைப் பார்த்தேன். இருட்டில் மலை மீது ஏற முயற்சிக்க வேண்டாம் என்றும்கூட சொன்னேன். ஆனாலும், நான் சொன்னதை அவர் காதில் போட்டுக்கொள்ளவே இல்லை. இப்படித் தற்கொலை செய்துகொள்ள திட்டமிட்டிருக்கிறார் என்று எனக்கு எப்படித் தெரியும்?

எங்கள் சிந்தனைக்கு வேலை கொடுத்துவிட்டு ரக்ஷித் சென்று விட்டார். போஸ், தற்கொலை செய்து கொண்டிருக்கக்கூடும் என்ற எண்ணமே எனக்குத் தோன்றவில்லை. நான் ஃபெலுடாவை ஏறிட்டுப் பார்த்தேன். ஆனால், அதற்குள் அவர் கோயிலின்

இடது பக்கம் வழியாக மலைமீது ஏறத் தொடங்கியிருந்தார். போஸ், இதே மலை மீதுதான் ஏறியிருக்க வேண்டும்.

அந்தப் பள்ளத்தைச் சுற்றி நின்று கொண்டிருந்தவர்கள் எல்லோரும் இப்போது காணாமல் போயிருந்தார்கள். ஒரு வகையில் போஸின் மரணம் எங்கள் விசாரணையை மேலும் எளிதாக்கியிருந்தது. பள்ளத்தாக்கின் முனை அருகே சென்று அந்தப் பகுதியை மிகுந்த கவனத்துடன் நோட்டமிட்டார் ஃபெலுடா.

தரையில் ஒரு சிறிய ஓட்டை தென்பட்டது. அதுவும் பள்ளத்தாக்கின் ஓரத்திலிருந்து சில அடிகள் தூரத்தில்தான் அந்த ஓட்டை இருந்தது. பலரும் அதன் மீதும் அதைச் சுற்றியும் நடந்திருந்ததால் கிட்டத்தட்ட அந்த ஓட்டை காணாமலே போயிருந்தது. ஃபெலுடா, தனது பையிலிருந்து ஒரு இரும்பு டேப்பை எடுத்து அதில் நுழைத்தபோதுதான் அந்த ஓட்டை மிகவும் ஆழமாக இருந்தது தெரிந்தது. ஃபெலுடா, இப்பொழுது தரையை மேலும் தீவிரமாக ஆராயத் தொடங்கினார். லால்மோகன் பாபுவும் நானும் அவரது கவனத்தை ஈர்த்த விஷயம் எது என்பதைக் கண்டுகொண்டோம்.

அந்த ஓட்டையில் இருந்து பள்ளத்தின் முனை வரைக்கும் ஒரு ஆழமான கோடு பதிந்திருந்தது.

'இது என்னவென்று உனக்குப் புரிகிறதா? ஃபெலுடா என்னைக் கேட்டார். என்னால் அதற்கு பதில் சொல்ல முடியவில்லை. ஃபெலுடா தொடர்ந்து சொன்னார்: 'இந்தக் கோடு ஒரு கயிற்றினால் ஏற்பட்டுள்ளது. கடப்பாரையைத் தரையில் ஊன்றி, அதிலிருந்து ஒரு கயிற்றைக் கட்டி, அதைப் பிடித்துக்கொண்டு இந்தப் பள்ளத்தில் இறங்கியிருக்கிறார்கள். அல்லது முயற்சித் திருக்கிறார்கள். நேற்று நாம் கேட்ட அந்த விசித்திரமான சத்தம் நினைவிருக்கிறதா? கயிற்றைத் திரும்ப இழுக்கும் சத்தம்தான் அது. முன்பக்கத்தில் இருந்து குகைக்குள் செல்வதற்கு ஏதும் வழியில்லாத நிலையில் பின்பக்கத்திலிருந்து உள்ளே போவதற்கு இந்த வழியை யாரோ கண்டுபிடித்திருக்கிறார்கள்.'

'ஆனால்... அந்தக் கயிறு எந்த மாதிரியானதாக இருந்திருக்கும்? நூறு அடி பள்ளத்தில் இறங்க வேண்டுமென்றால் வலுவான ஒரு கயிறுதான் தேவைப்பட்டிருக்கும், இல்லையா?' என்று கேட்டார் லால்மோகன் பாபு.

'ஆமாம். அதற்கு நைலான் கயிறே போதுமானது. அது எடை குறைவாக இருந்தாலும் வலுவாகத்தான் இருக்கும்.'

'அப்படியென்றால் இங்கே யாரோ இரண்டாவது ஆள் இருந்திருக்க வேண்டும். அதாவது போஸைத் தவிர வேறு ஒருவரும் இருந்திருக்க வேண்டும்.'

'மிகச் சரியான ஊகம்தான். அந்த இரண்டாவது ஆள்தான் கடப்பாரையையும் கயிற்றையும் உருவியிருக்க வேண்டும். அந்த ஆள் போஸின் நண்பரா அல்லது எதிரியா என்று நமக்குத் தெரியாது. என்றாலும், எதிரியாகத்தான் இருப்பார் என்றே யூகிக்க வேண்டியிருக்கிறது.'

நான் ஃபெலுடாவைக் கேள்விக்குறியுடன் நோக்கினேன். அவர் என்ன சொல்ல வருகிறார்? இதற்கு பதில் சொல்லும் விதமாக அவர் தனது பையிலிருந்து எதையோ எடுத்து உள்ளங்கையில் வைத்தார். அது ஒரு நீல நிற துண்டுத்துணி. பெரும்பாலும் சட்டையிலிருந்து கிழிந்தது போலிருந்தது. நேற்று யார் நீலநிற சட்டை அணிந்திருந்தார்கள்?

ஜயந்த் மல்லிக்!

'இது உங்களுக்கு எங்கே கிடைத்தது?' என்று நான் கேட்டேன். என் குரலில் நடுக்கம் இருந்தது.

'போஸ் தலைக்குப்புற விழுந்து கிடந்தார். அவரது கைகள் விரிந்திருந்தன. அவரது வலது கை விரல்கள் இந்தத் துணியை இறுக மூடியிருந் தன. இருந்தாலும், விரல்களுக்கிடையே இது நீட்டிக் கொண்டிருந்தது. அந்த இருவரும் இந்தப் பள்ளத்துக்கு அருகே போராடியிருக்க வேண்டும். மற்றொருவர் அணிந்திருந்த சட்டையை போஸ் இறுகப் பிடித்திழுத்திருக்க வேண்டும். அதற்குள் கீழே விழுந்துவிட்டார். அவரோடு கூடவே இந்தத் துண்டுத் துணியும் சென்றுவிட்டது.

'அப்படியானால் யாரோ வேண்டுமென்றே அவரைத் தள்ளி விட்டார்களா என்ன? அதாவது, இது படுகொலை என்றா சொல்லுகிறீர்கள்? லால்மோகன் பாபு திகைப்புடன் கேட்டார்.

ஃபெலுடா இந்தக் கேள்விக்கு நேரடியாகப் பதில் சொல்ல வில்லை. சில விநாடிகள் மௌனத்துக்குப் பிறகு அவர் சொன்னார்: 'இந்தக் கோயிலில் இருக்கும் சிற்பங்கள் சேதமின்றி இருக்கிறதென்றால், அதற்கு போஸூக்குத்தான் நாம் நன்றி சொல்லவேண்டும். நேற்றிரவு அவர் இங்கு இருந்ததால்தான் திருடனால் தன்னுடைய திட்டத்தை நிறைவேற்ற இயலவில்லை.'

ஒன்பது

நாங்கள் கீழே இறங்கி, மீண்டும் கோயில் முன் வாசலுக்கு வந்தபோது திரைப்படக் குழுவினர் காணாமல் போயிருந்தார்கள். உள்ளூர்க்காரர்கள் கூட்டம்தான் ஆர்வத்துடனும் வியப்புடனும் ஆங்காங்கே வேடிக்கை பார்த்துக் கொண்டிருந்தது. அந்தப் பெரிய அமெரிக்க கார் நின்ற இடத்தில் இப்பொழுது ஒரு ஜீப் நின்று கொண்டிருந்தது. அழகாக உடை உடுத்தியிருந்த, சுமார் முப்பது வயதுக்கு மேல் மதிக்கத்தக்க புத்திசாலி இளைஞர் ஒருவர், ஃபெலுடாவை பார்த்து, அவருக்கு வணக்கம் சொல்லிக்கொண்டே அருகில் வந்தார். அப்பொழுதுதான் தெரிந்தது, சுற்றுலாப் பயணியர் விடுதியின் மேலாளர் குல்கர்னிதான் அவர் என்பது.

'மிஸ்டர் போஸ் நேற்றிரவு அறைக்குத் திரும்பவில்லை என்பதை இன்று காலைதான் நாங்கள் உணர்ந்தோம். அவரைத் தேடும்படி ஒரு வேலையாளை அனுப்பினேன். இருந்தாலும், அவரால் போஸைக் கண்டுபிடிக்க முடியவில்லை.' மிகுந்த வருத்தத்துடன் தலையை ஆட்டியவாறே கூறினார் அவர்.

'இப்போது என்ன நடக்கப் போகிறது?' என்று கேட்டார் ஃபெலுடா.

அவுரங்காபாத் காவல்துறைக்குத் தகவல் சொல்லியாகி விட்டது. சடலத்தை எடுத்துச் செல்வதற்காக அவர்கள் ஒரு வண்டி அனுப்பி யிருக்கிறார்கள். போஸின் சகோதரர் டெல்லியில் இருக்கிறார். அவருக்குத் தகவல் தெரிவிக்க வேண்டும். உண்மையில் போஸ் ஒரு பெரிய அறிஞர்தான். இதற்கு முன்பு 1968இல்கூட அவர் இங்கே வந்திருக்கிறார். எல்லோராவைப் பற்றி அவர் புத்தகம் எழுதிக் கொண்டிருந்தார் என்றுதான் நான் நம்புகிறேன்.'

'இங்கே காவல் நிலையம் எதுவும் இல்லையா?'

'இருக்கிறது; ஒரு சிறிய துணைக் காவல் நிலையம் இருக்கிறது. கோட்டே என்பவர்தான் உதவி துணை ஆய்வாளர் பொறுப்பில் உள்ளார். அவர், இப்பொழுது அந்தச் சடலத்தைப் பார்வையிட்டுக் கொண்டிருக்கிறார்.'

'நான் அவரைச் சந்திக்கலாமா?'

'நிச்சயமாக! மேலும்...' குல்கர்னி தனது பேச்சை நிறுத்திவிட்டு, லால்மோகன் பாபுவையும் என்னையும் சற்றே சந்தேகமாகப் பார்த்தார்.

'அவர்கள் என் நண்பர்கள்தான். அவர்களுக்கு முன்னால் நீங்கள் தாராளமாகப் பேசலாம்' என்று ஃபெலுடா கூறினார்.

குல்கர்னி சற்றே நிம்மதி அடைந்தவராகச் சொன்னார்: 'ஓ, அப்படியா! நல்லது. யாரோ ஒருவர் பம்பாய்க்குத் தொலைபேசியில் பேசியிருக்கிறார்கள்.'

'மல்லிக்?'

'ஆமாம்.'

'என்ன சொன்னார், அவர்?'

குல்கர்னி தன் பையில் இருந்து ஒரு சிறு காகிதத் துண்டை எடுத்து படித்தார்: 'மகள் நலமாக இருக்கிறாள். இன்று கிளம்புகிறேன்.'

'இன்றைக்கா?! இன்று புறப்படுவது குறித்து அவர் உங்களிடம் ஏதாவது சொல்லி இருந்தாரா?'

'ஆமாம். இன்று காலையிலேயே அவர் கிளம்ப விரும்பினார். ஆனாலும் திரு. மித்தர், உங்கள் ஞாபகம் வந்ததும் அவரது ஓட்டுநரிடம் பேசினேன். அவர் காரில் ஏதோ கோளாறு இருப்பதாகவும் பழுது பார்க்க கொஞ்சம் நேரமாகும் என்றும் அவரிடம் சொல்லப் பட்டுவிட்டது. எனவே, அவர் உடனடியாகக் கிளம்ப முடியாது.'

'பிரமாதம்! மிக்க நன்றி திரு குல்கர்னி. உங்கள் உதவி மிகப் பெரியது.'

இதைக் கேட்டதும் குல்கர்னி மிகவும் மகிழ்ச்சி அடைந்தவராகத் தோன்றினார். ஃபெலுடா ஒரு சார்மினார் சிகரெட்டைப் பற்ற வைத்துக்கொண்டு கேட்டார்: 'கோட்டே எப்படிப்பட்ட ஆள் என்று கொஞ்சம் சொல்லுங்கள்.'

'மிகவும் நல்ல மனிதர் என்றுதான் சொல்லுவேன். ஆனாலும், அவருக்கு இங்கே இருக்கப் பிடிக்கவில்லை. அவருக்கு பதவி உயர்வு வேண்டுமென்றும் அவுரங்காபாத்திலேயே பணிமாற்றம்

கிடைக்க வேண்டும் என்றும் ஆசைப்படுகிறார். என்னோடு வாருங்கள், அவரை உங்களுக்கு அறிமுகப்படுத்துகிறேன்.'

கோட்டே குகையிலிருந்து வெளியே வந்தார். குல்கர்னி அவரை அழைத்து வந்து, 'இவர் மிகவும் புகழ்பெற்ற தனியார் துப்பறியும் நிபுணர்' என்று ஃபெலுடாவை அறிமுகப்படுத்தினார். கோட்டே, சுமார் ஐந்து அடி ஐந்து அங்குலம் உயரமானவராக இருந்தார். அவரது உயரமும் பருமனும் கிட்டத்தட்ட ஒரே அளவுக்கு இருந்தன. அவர் சார்லி சாப்ளின் போல சிறிய மீசை வைத்திருந்தார். இருந்தாலும், அவரது உடல் அசைவுகள் ஆச்சரியப்படத்தக்க வகையில் சுறுசுறுப்புடனும் நேர்த்தியாகவும் இருந்தன.

'நீங்கள் இருவரும் விடுதிக்குச் செல்லுங்களேன்' என்று ஃபெலுடா எங்களிடம் கூறினார். 'நான் திரு. கோட்டேவிடம் சிறிது நேரம் பேசிவிட்டு உங்களுடன் சேர்ந்து கொள்கிறேன்.'

ஃபெலுடாவை விட்டுவிட்டுச் செல்வதில் எங்கள் இருவருக்குமே சற்றும் விருப்பம் இல்லை. என்றாலும், அதைப் பற்றி விவாதிப்பதில் எந்த பயனுமில்லை. எனவே, நாங்கள் திரும்பிச் சென்றோம். நாங்கள் பங்களாவை அடைந்தபோதுதான் எங்கள் இருவருக்கும் எவ்வளவு பசி இருக்கிறது என்று புரிந்தது. நான் காவலாளியிடம் சென்று வாட்டிய ரொட்டியும் முட்டையும் கொண்டு வருமாறு சொல்லிவிட்டு அறைக்குத் திரும்பினேன். அங்கே லால்மோகன் பாபு அவரது படுக்கையின் மேல் அமர்ந்திருந்தார். அவரைப் பார்க்கும்போது முகத்தில் சற்றே ஏமாளித்தனம் தென்பட்டது.

என்னைப் பார்த்ததும் அவர் கேட்டார்: 'நன்றாக நினைவு படுத்திச் சொல் தபேஷ், காலையில் நாம் வெளியே போகும்போது அறையைப் பூட்டிக்கொண்டுதான் சென்றோமா?'

'ஏன்? இல்லையே; அதற்கான தேவை இல்லை. திருடுவதற்கு ஏற்ற மாதிரியான பொருள் எதுவும் நம்மிடம் இல்லை. மேலும், காலையில் அறையைச் சுத்தம் செய்பவர் வருவது வழக்கம். எனவேதான் நான் நினைத்தேன்... அதுசரி ஏன் கேட்கிறீர்கள், எந்தப் பொருளாவது காணாமல் போய்விட்டதா?'

'இல்லையில்லை. ஆனால், யாரோ என் பொருள்களை எல்லாம் எடுத்துப் பார்த்திருக்கிறார்கள். இதைச் செய்தவர்கள் இந்தப் படுக்கையில் அமர்ந்துதான் என் கைப்பெட்டியைத் திறந்து பார்த்திருக்கிறார்கள். உண்மையைச் சொல்லுவதானால், நான் உள்ளே வந்து அமர்ந்தபோது, என் படுக்கை யாரோ அதன் மீது

அமர்ந்திருந்ததால் சூடாகவே இருந்தது. உன் கைப்பெட்டியையும் பார்த்திருக்கிறார்களா, நீயும் பாரேன்?!'

பார்க்கத்தான் செய்திருக்கிறார்கள். நான் கைப்பெட்டியைத் திறந்த உடனேயே என்னால் அதைப் புரிந்துகொள்ள முடிந்தது. எந்தப் பொருளும் அது இருந்த இடத்தில் இல்லை. அது மட்டுமல்ல, என் தலையணைகளில் ஒன்றும் கீழே கிடந்தது. எனது செருப்புகள் மூலைக்கு ஒன்றாகக் கிடந்ததைப் பார்க்கும்போது உள்ளே நுழைந்த ஆள் படுக்கைக்குக் கீழேயும் எதையோ தேடியிருக்கிறான் என்பது நன்றாகவே புரிந்தது.

'எனது குறிப்பேடு பற்றிதான் நான் மிகவும் கவலைப்பட்டேன். நல்ல வேளை, அவன் அதை எடுத்துக்கொண்டு செல்லவில்லை' என்று லால்மோகன் பாபு சொன்னார்.

'அவன் வேறு எதையாவது எடுத்திருக்கிறானா?'

'இல்லை; நான் அப்படி நினைக்கவில்லை. உன் விஷயம் எப்படி?'

'அதேதான். உள்ளே நுழைந்தவர்கள் குறிப்பாக ஏதோ ஒன்றைத் தேடித்தான் வந்திருக்கிறார்கள் என்றுதான் நினைக்கிறேன். அவனால் அதைக் கண்டுபிடிக்க முடியவில்லை போலிருக்கிறது.'

'காவலாளியை வேண்டுமானால் கேட்டுப் பார்க்கலாம், அவன் யாரையாவது பார்த்தானா என்று.'

எனினும் காவலாளியால் இந்த விஷயத்தில் உதவ முடியவில்லை. சற்றுநேரம் அவன் கடைக்குப் போயிருக்கிறான். எனவே, அப்பொழுது யாராவது நுழைந்திருந்தால் அவனால் பார்த்திருக்க முடியாது. பொதுவாக, இந்தப் பகுதிகளில் திருட்டு என்பது மிகவும் அபூர்வம்தான். எவருடைய அறையையும் திறந்து உள்ளே நுழைந்து அவர்களின் உடமைகளைச் சோதிக்க முடியும் என்ற எண்ணமே அந்த காவலாளியைக் குழம்பச் செய்தது.

இதேபோன்று ஃபெலுடாவின் அறையும்கூட சோதிக்கப் பட்டிருக்குமோ? நான் சென்று பார்த்தபோது அவர் அறை பூட்டியிருந்தது. அவர் மாறுவேஷத்தில் இருப்பதால் கொஞ்சம் கூடுதல் கவனத்துடனே இருக்க வேண்டியிருக்கும். 'ரகூஷித்தை கேட்டுப் பார்க்கலாமா?' என்று கேட்டார் லால்மோகன் பாபு.

முதல் நாள் இரவு அவரது அறையில் இருந்து டார்ச் விளக்கு வெளிச்சம் விசித்திரமாக வந்த நிலையில், அவரைப் பற்றி தெரிந்துகொள்வதில் கொஞ்சம் ஆவலாகத்தான் நான் இருந்தேன்.

எனவே, லால்மோகன் பாடுவின் யோசனையை ஏற்றுக்கொண்டேன். இருவரும் அவர் அறைக்குச் சென்றோம். நான் கதவை மெதுவாகத் தட்டினேன். கிட்டத்தட்ட உடனேயே கதவு திறக்கப்பட்டது.

'என்ன விஷயம்? உள்ளே வாருங்கள்.'

ரக்ஷித், எங்களைக் கண்டதும் மகிழ்ச்சியடைந்ததாகத் தோன்ற வில்லை. இருந்தாலும், நாங்கள் அவர் அறைக்குள் சென்றோம்.

'உங்கள் அறையையும் யாராவது திறந்து பார்த்தார்களா?' லால்மோகன் பாபு அறைக்குள் நுழைந்ததுமே கேட்டார்.

லால்மோகன் பாபுவை ரக்ஷித் பார்த்த விதத்திலிருந்தே அவர் நல்ல மனநிலையில் இல்லை என்பது நன்றாகவே தெரிந்தது. அவர் தாழ்ந்த குரலில்தான் பேசினார். இருந்தாலும், அவரது குரலில் கடுமை இருந்தது. 'உங்களுடன் பேசுவதால் என்ன பலன்? நான் பேசுவதில் ஒரு வார்த்தையைக்கூட நீங்கள் புரிந்துகொள்ளப் போவதில்லை, அப்படித்தானே? சரி, உங்கள் மருமகனிடமே பேசுகிறேன். என் அறைக்குள் யாரோ ஒருவர் நுழைந்தது மட்டுமல்லாமல், மதிப்புமிக்க எனது பொருள் ஒன்றையும் எடுத்துச் சென்றிருக்கிறார்.'

'என்ன, என்ன பொருள்? என்று மிகவும் சாதுவாக நான் கேட்டேன்.

'எனது மழைக்கோட்டுதான். அதை நான் லண்டனில் வாங்கினேன். கடந்த இருபத்தைந்து வருடங்களாக அதைப் பயன்படுத்தி வருகிறேன்.' லால்மோகன் பாபு அமைதியாக என்னைப் பார்த்தார். அவர் காதில் எதுவும் விழவில்லை என்ற தோரணை இருந்தது. நான் உரக்க அதே வார்த்தைகளைத் திரும்பக் கூறினேன். சிரிக்காமல் இருக்கவும் முயன்றேன்.

'ஒருவேளை அது நேற்றிரவு திருடப் பட்டிருக்குமோ?' என்று கேட்டார் லால்மோகன் பாபு. 'நீங்கள் எதையோ தேடிக் கொண்டிருப்பதை நாங்கள் பார்த்தோம். அதாவது உங்கள் டார்ச் வெளிச்சத்தை... பார்த்தோம்.'

'இல்லை. நேற்றிரவு வெளவால் ஒன்று எப்படியோ என் அறைக்குள் நுழைந்துவிட்டது. நான் அறை விளக்கை அணைத்துவிட்டு, டார்ச் வெளிச்சத்தின் உதவியுடன் அதை விரட்டினேன். நேற்று எந்தப் பொருளும் திருட்டுப் போகவில்லை. எனவே, அது இன்று காலையில்தான் நடந்திருக்கிறது. அந்தக் காவலாளியின் மகன்தான் குற்றவாளியாக இருப்பான் என்று நினைக்கிறேன்.'

லால்மோகன் பாபுவிடம் இவை அனைத்தையும் மீண்டும் ஒருமுறை நான் உரக்கச் சொல்ல வேண்டியிருந்தது.

மிகுந்த வருத்தத்துடன் லால்மோகன் பாபு சொன்னார்: 'இதைக் கேட்க எனக்கு மிகவும் வருத்தமாக இருக்கிறது. அந்தப் பையனின் மீது நாம் ஒரு கண் வைத்திருக்க வேண்டும்.'

பேசுவதற்கு வேறெதுவும் இல்லாததால் அவரைத் தொந்தரவு செய்ததற்கு மன்னிப்புக் கேட்டுக்கொண்டு நாங்கள் வெளியே வந்தோம்

உணவுக் கூடத்தில் எங்களுக்குக் காவலாளி காலை உணவைப் பரிமாறினார். சாப்பிடத் தொடங்கினோம். அமெரிக்க முறை முட்டைப் பொறியல் சுவை எப்படி இருக்கும் என்று எனக்குத் தெரியாது. இருந்தாலும், இங்கே கொடுத்தது மிகவும் சுவையாகத்தான் இருந்தது. எங்கள் அறைக்குள் நுழைந்தது யாராக இருக்கும் என யோசித்துக்கொண்டேதான் இருந்தோம். இறுதியில் காவலாளி மகனாகத்தான் இருக்கும் என்றே முடிவு செய்தோம். அவன், பூஞ்சுனையில் நடந்து சென்று கொண்டிருப்பதையும் எங்கள் அறைகள் இருக்கும் திசையில் மிகுந்த ஆவலுடன் பார்ப்பதையும் நான் கவனித்தேன்.

விடுதிக்குத் திரும்பிப் போகச் சொல்லித்தான் ஃபெலுடா எங்களிடம் சொன்னாரே தவிர, உள்ளேயே இருக்கவேண்டும் என்று சொல்லவில்லை. எனவே, காலை உணவுக்குப் பிறகு, எங்கள் அறையைப் பூட்டிவிட்டு நாங்கள் தெருவுக்கு வந்தோம்.

சுற்றுலாப் பயணியர் விடுதி வாசலின் பக்கத்தில் இருந்த விருந்தினர் மாளிகை தெளிவாகத் தென்படவில்லை. இடையே ஒரு பெரிய மரம் தடுத்துக் கொண்டிருந்ததுதான் காரணம். ஒரு கார் கிளம்பும் சத்தம் கேட்டதும். நாங்கள் வேகமாக முன்னே சென்றோம். இப்பொழுது விடுதியின் முன்பகுதி நன்றாகத் தெரிந்தது. ரக்ஷித், லெவிஸன் இருவரையும் அவுரங்காபாத்தில் இருந்து ஏற்றிக்கொண்டு வந்த டாக்ஸி புறப்படத் தயாராக இருந்தது. அதன் மேல் கூரையில் இருந்த பொருள்கள் வைக்கும் பகுதியில் பொருள்கள் ஏற்றப்பட்டிருந்தன. அமெரிக்க பணக்காரரான சாம் லெவிஸன், விடுதி வேலையாள்களில் ஒருவருக்கு இனாம் அளித்துக் கொண்டிருந்தார்.

'சரி,யார் அது அங்கே?'

விடுதியில் இருந்து மற்றொரு ஆள் வெளியே வந்து லெவிஸனிடம் பேசினார். லெவிஸன் இரண்டு முறை தலையாட்டினார். அந்த ஆள் விடுதிக்குள் சென்று ஒரு கைப்பெட்டியுடன் திரும்பினார்.

ஓட்டுநர் வண்டியின் பின்பக்கத்தைத் திறந்து அந்தக் கைப்பெட்டியை உள்ளே வைத்தார். என் இதயம் வேகமாகத் துடிக்கத் தொடங்கியது. லால்மோகன் பாபு என் சட்டையை லேசாகப் பிடித்திருந்தார். இப்பொழுது நாங்கள் பார்த்துக் கொண்டிருந்த காட்சியின் பொருள் என்ன என்பதில் எனக்கு எந்தச் சந்தேகமும் இல்லை. அவரது கார் சரியாகும் வரைக்கும் ஜயந்த் மல்லிக் இங்கே காத்திருக்கப் போவதில்லை. சாம் லெவிஸனுடன் அவர் தப்பிக்கப் பார்க்கிறார்.

ஓட்டுநர், அவர் இருக்கையில் சென்று அமர்ந்தார். 'சைக்கிள்! காவலாளியின் சைக்கிள்!!' என்று எனக்குள்ளேயே கத்தினேன்.

கார் கிளம்பியது. நான் திரும்பி ஓடிப்போய் விடுதிக்குள் இருந்து சைக்கிளை எடுத்து வந்தேன். நல்லவேளை யாரும் என்னை கவனிக்கவில்லை.

லால்மோகன் பாபுவைப் பார்த்து, 'வாருங்கள்' என்று அழைத்தேன். இதற்குமுன் எப்பொழுதும் சைக்கிள் நடுத்தண்டு மேல் அமர்ந்து பயணம் செய்த அனுபவம் இல்லாதவரைப் போல் அவர் சிலையாகி நின்று கொண்டிருந்தார். இப்பொழுது வாதாடுவதற்கு நேரமில்லை. குற்றவாளி தப்பியோட முயற்சிக்கிறான். ஒரு விநாடிக்குப் பிறகு அவர் சைக்கிளின் முன்பகுதியில் ஏறி அமர்ந்தார். என்னால் முடிந்தவரை வேகமாக சைக்கிளை மிதித்தேன். எனக்கு ஏழு வயதாக இருந்தபோது ஃபெலுடாதான் எனக்கு சைக்கிள் ஓட்டக் கற்றுத் தந்தார். இப்பொழுது அந்தத் திறமையைப் பயன்படுத்தும் வேளை வந்துவிட்டது.

நாங்கள் நடந்து சென்றிருந்தால் கோயிலுக்குப் போய்ச் சேர இருபது நிமிடங்களாவது பிடித்திருக்கும். அதை நான் இப்பொழுது ஐந்தே நிமிடங்களில் கடந்திருந்தேன். அங்கே ஃபெலுடா, கோட்டே, குல்கர்னி மூவரும் நின்று கொண்டிருந்தனர்.

மூச்சு வாங்கியவாறே, 'ஃபெலுடா, மல்லிக் அந்த அமெரிக்க காரில் புறப்பட்டுச் சென்று விட்டார். ஐந்து நிமிடங்கள்தான் ஆகிறது!' என்றேன்.

என்னிடமிருந்து எழுந்த இந்த வார்த்தைகள் ஒரே நேரத்தில் பல செயல்களை இயங்கச் செய்தது. இப்போது நினைத்தாலும்கூட ஏதோ கண்ணாமூச்சிபோல் தோன்றுகிறது. கோட்டே அவரது ஜீப்பில் ஏறி அமர்ந்தார். ஃபெலுடா அவருக்குப் பக்கத்தில் அமர்ந்தார். லால்மோகன் பாபுவும் நானும் ஜீப்பின் பின்பகுதியில் ஏறிக்கொண்டோம். ஜீப் மணிக்கு அறுபது கிலோமீட்டர் வேகத்தில் செல்லக்கூடும் என்பதை நான் நினைத்துப் பார்த்தே

இல்லை. வெகு விரைவிலேயே நாங்கள் லெவிஸன் ஏறிச்சென்ற டாக்ஸியைப் பார்த்துவிட்டோம். அதை முந்திச் சென்று தடுத்து நிறுத்தினோம். லெவிஸன் வண்டியை விட்டு வெளியே வந்தார். மிகவும் கோபத்துடன் இருந்த அவர், அமெரிக்க ஆங்கிலத்தில் தகாத வார்த்தைகளை எல்லாம் வெளியிட்டுத் தன் கோபத்தைத் தெரிவித்துக் கொண்டார். கோட்டே அவற்றைச் சற்றும் பொருட்படுத்தவே இல்லை. லெவிஸனின் இருப்பையே முற்றிலுமாகப் புறக்கணித்துவிட்டு, அவர் மல்லிக்கை அணுகினார். அவர் முகம் பேயறைந்தது போல் வெளிறியிருந்தது. பிறகு, கோட்டே அவரது கைப்பெட்டியைத் திறந்தார். மல்லிக் அவரைத் தடுத்து நிறுத்த முயன்ற போதிலும், கோட்டே அந்தக் கைப்பெட்டிக்குள் டர்க்கி துண்டால் சுற்றப்பட்டிருந்த ஒரு பொருளை வெளியே எடுத்தார். ஒரு விநாடியில் அந்தத் துண்டை அவர் உதறிவிட்டபோது யக்ஷியின் தலை தென்பட்டது. இது வரைக்கும் வசவு வார்த்தைகளைப் பொழிந்து கொண்டிருந்த லெவிஸன் உடனே வாயை மூடிக்கொண்டார். திகைப்பில் மீண்டும் அவர் வாயைத் திறந்தபோது தட்டுத்தடுமாறித்தான் வார்த்தைகள் வெளிப்பட்டன. 'ஆனால்... நான்... நான்...' என்பதைத் தவிர வேறு வார்த்தைகள் அவரிடமிருந்து வரவில்லை.

லால்மோகன் பாபு நிம்மதிப் பெருமூச்சுடன் சொன்னார்: 'எல்லாம் நல்லபடியாகவே முடிந்தது.' இறுதியில் லெவிஸன் அவுரங்காபாத் செல்ல அனுமதிக்கப்பட்டார். கையும் களவுமாகப் பிடிபட்ட திருடனுடன் நாங்கள் குல்தா பாத்துக்குத் திரும்பினோம். மல்லிக்கை துணைக் காவல் நிலையத்தில் வைத்திருப்பதற்காக கோட்டே அழைத்துச் சென்றார். எதுவுமே பேசமுடியாத நிலையில் திகைப்புடன் அவரும் கோட்டேயுடன் சென்றுவிட்டார்.

நாங்கள் சுற்றுலாப் பயணியர் விடுதியில் இறக்கி விடப் பட்டோம். குல்கர்னி, எங்களை எதிர்பார்த்து மிகுந்த ஆவலுடன் காத்துக் கொண்டிருந்தார். எங்கள் முயற்சி முற்றிலும் வெற்றியடைந்து விட்டது என்பதைச் சொன்னதும் அவர் மகிழ்ச்சி அடைந்ததைப் போலத் தோன்றியது. எனினும், ஃபெலுடாவின் அடுத்த வார்த்தைகள் அவரது உற்சாகத்தில் மண்ணை அள்ளிப் போடுவதாக இருந்தன. 'எங்கள் வேலை இன்னும் முடியவில்லை திரு. குல்கர்னி. செய்யவேண்டியது மேலும் நிறைய இருக்கிறது. அந்த பம்பாய் தொலைபேசி என்னைப் பற்றி விசாரிக்க மறந்துவிடாதீர்கள். ஏதாவது விவரம் கிடைத்தால் உடனே எனக்குத் தெரிவியுங்கள்' என்றார் ஃபெலுடா.

இதன் பொருள் என்னவென்று என்னால் புரிந்துகொள்ள முடியவில்லை. இருந்தாலும், அதைப்பற்றி நான் அதிகமாக யோசிக்கவில்லை.

குல்கர்னி, எங்கள் அனைவருக்கும் காபி கொண்டுவர ஏற்பாடு செய்தார். காபி வந்தபோதுதான், யாரோ எங்கள் அறைக்குள் நுழைந்து சோதனையிட்ட விவரத்தை இன்னும் ஃபெலுடாவிடம் சொல்லவில்லை என்பது திடீரென்று எனக்கு ஞாபகம் வந்தது. என்ன நடந்தது என்பதை நான் அவரிடம் சொல்லிக் கொண்டிருக்கும் போது, அவர் அமைதியாக காபியை அருந்திக் கொண்டிருந்தார். பிறகு, கொஞ்சம் நெற்றியைச் சுருக்கியவாறே குல்கர்னியிடம் கேட்டார்: 'அந்தக் காவலாளி எப்படிப்பட்ட ஆள்?'

'யார், மோகன்லாலா? மிகவும் நல்ல மனிதர். நம்பிக்கைக்கு உரியவரும்கூட. கடந்த பதினேழு வருடங்களாக அவர் இந்த வேலையைச் செய்து வருகிறார். அவருக்கு எதிராக எவரும் புகார் செய்ததாக நான் கேள்விப்பட்டதேயில்லை.'

ஃபெலுடா ஒரு விநாடி யோசித்துவிட்டு, என்னை நோக்கித் திரும்பினார். 'எந்தப் பொருளும் திருட்டுபோகவில்லை என்று உனக்கு நிச்சயமாகத் தெரியுமா?'

'ஆமாம். நாங்கள் இருவருமே அதில் நிச்சயமாக இருக்கிறோம். காவலாளியின் பையன் தான் இதைச் செய்திருப்பான் என்று ரகூஷித் நினைக்கிறார்.'

'நல்லது. நாம் போய்ப் பார்க்கலாம். குறிப்பாக, உள்ளே வந்த நபர் தன் படுக்கையில் அமர்ந்தார் என்றும் அதனால் அந்த இடம் சூடாக இருந்தது என்றும் லால்மோகன் பாபு கூறுகிறார். திருகுல்கர்னி உங்களை விரைவில் சந்திக்கிறேன். இதை உங்களிடமே வைத்துக் கொள்வதுதான் நல்லது என்று நினைக்கிறேன்' என்று கூறியபடியே துண்டில் சுற்றப்பட்டிருந்த அந்த யக்ஷியின் தலையை குல்கர்னியிடம் கொடுத்தார். அவர், அந்த அலுவலகத்தில் இருந்த பாதுகாப்புப் பெட்டியில் அதை வைத்துப் பூட்டினார்.

நாங்கள் சுற்றுலாப் பயணியர் விடுதிக்குத் திரும்பினோம். ஃபெலுடா எங்கள் அறைக்கு வந்து, கதவைத் தாழிட்டுவிட்டு, மிகுந்த கவனத்துடன் அறையிலுள்ள பொருள்கள் அனைத்தையும் ஆராய்ந்தார். லால்மோகன் பாபுவின் கைப்பெட்டியில் அவரது துணிகளைத் தவிர, ஹோமியோபதி மாத்திரைகள் அடங்கிய ஒரு

சிறு டப்பா, குற்றவியல் பற்றிய இரண்டு புத்தகங்கள், பலூசிஸ்தான் பற்றிய ஒரு புத்தகம், அவரது குறிப்பேடு ஆகியவை இருந்தன. ஏதோ ஒரு காரணத்தால், அந்தக் குறிப்பேட்டை நீண்ட நேரமாக ஃபெலுடா பார்த்தார். ஆனாலும், அதில் அவ்வளவு விசித்திரமாக என்ன இருக்கிறது என்பதைப் பற்றி எங்களிடம் எதுவும் அவர் சொல்லவில்லை. இறுதியாக அனைத்தையும் எடுத்து வைத்துவிட்டு அவர் சொன்னார்: 'என் ஊகம் சரியாக இருக்குமென்றால் இந்த விஷயம் முழுவதுமே ஏதாவது ஒரு வகையில் இன்றிரவுக்குள் முடிந்துவிடும். அப்போது நீங்கள் இருவருமே இதில் முக்கியமான ஒரு பங்கினை வகிக்க வேண்டியிருக்கும். ஒன்றை மட்டும் நன்றாக நினைவில் வைத்துக் கொள்ளுங்கள்; நீங்கள் பார்க்க முடியாவிட்டாலும்கூட எல்லா நேரத்திலும் நான் உங்களுடனேயே, உங்களைப் பார்த்துக் கொண்டு தான் இருப்பேன். மல்லிக் கைது செய்யப்பட்டது பற்றி யாருக்கும் சொல்லாதீர்கள். உங்கள் அறையை விட்டும் வெளியே செல்லாதீர்கள். எப்படியிருந்தாலும், நீங்கள் நினைத்தாலும்கூட வெளியே போகமுடியாது. ஏனென்றால், எந்த நேரத்திலும் மழைவரும் போலத்தான் இருக்கிறது.'

பேசிக் கொண்டிருக்கும்போதே ஜன்னல் வழியாக வெளியே பார்த்தார், ஃபெலுடா. பிறகு, அமைதியாக எழுந்து சென்று ஜன்னல் ஓரமாக நின்றார். நானும் அவரைப் பின்தொடர்ந்தேன். நாங்கள் இருவரும் மேற்கு திசையில் பார்த்துக் கொண்டிருந்தோம். அங்கே ஒரு புல்தரை இருந்தது. அதற்கு அப்பால் பல நெடிய மரங்கள் இருந்தன. அவற்றுக்கிடையே யூகலிப்டஸ் மரம் ஒன்று இருந்ததையும் நான் கவனித்தேன். மரங்கள் பகுதியில் இருந்து ஒருவர் வெளியே வந்து, புல்தரையைக் கடந்து, நாங்கள் தங்கியிருந்த விடுதியின் முன்பகுதிக்குச் சென்றார். ஒரு சில நிமிடங்களில் அவர் உணவருந்தும் அறைக்குள் நுழைவதைப் பார்த்தேன். இதைத் தொடர்ந்து ஓர் அறையின் பூட்டு திறக்கப்படும் சத்தம் கேட்டது. பிறகு, உள்பக்கமாக அந்த அறை பூட்டிக் கொள்ளப்பட்டது.

ஃபெலுடா தலையை ஆட்டிக்கொண்டே, 'ஆமாம். ஆமாம்!' என்று அவருக்குள்ளேயே முணுமுணுத்தார்.

அப்படி உள்ளே வந்த நபர், ரகூஷித்தான்.

'என்னிடமிருந்து தகவல் வரும்வரை காத்திருங்கள். பிறகு, உங்களை என்ன செய்யச் சொல்லுகிறேனோ அதை மட்டுமே செய்யுங்கள். எதற்கும் அச்சப்படாதீர்கள்' என்றார் ஃபெலுடா.

பிறகு கதவைத் திறந்து வெளியே சென்றார்.

சுற்றும் முற்றும் பார்த்தார். பிறகு, சின்ன சத்தத்துடன் சிகரெட் லைட்டரை ஒளிரச் செய்தார். அது எரிந்த வேகத்திலேயே அணைந்தது. இருந்தாலும், அவரது முகத்தைப் பார்ப்பதற்கு அந்தச் சிறு ஒளியே போதுமானதாக இருந்தது. அவரை எங்களுக்கு அடையாளம் தெரிந்தது.

ஜயந்த் மல்லிக்!

இவர் எப்படி இங்கே வந்தார்? இப்போது காவல் நிலையத்தில் தானே இவர் இருக்க வேண்டும். எனக்குத் தலைசுற்றத் தொடங்கியது. இதன்பிறகு இறந்துபோன சுபங்கர் போஸ் நேராக வந்தாலும்கூட வியப்படையக் கூடாது என்று நான் நினைத்துக்கொண்டேன்.

மல்லிக் தொடர்ந்து நடந்தார். அவர் எங்களை நோக்கி வரவில்லை. அவர் வடகிழக்கு மூலையை நோக்கிச் சென்று கொண்டிருந்தார். கூடத்தின் அந்தப் பகுதி மிகவும் இருட்டாக இருந்தது. அவர் மீண்டும் எங்கள் பார்வையிலிருந்து மறைந்து விட்டார்.

என் தொண்டை வறண்டுவிட்டது. என்னால் தெளிவாகச் சிந்திக்கவும் கூட முடியவில்லை. ஒரே ஒரு விஷயம் மட்டுமே என் மூளைக்குள் திரும்பத் திரும்ப சுழன்று கொண்டேயிருந்தது. ஃபெலுடா எங்கே? ஃபெலுடா எங்கே? ஃபெலுடா எங்கே? லால்மோகன் பாபு, தன் சொந்த வாழ்க்கையில் ஏற்படும் அனுபவங்கள் மிகவும் விசித்திரமாக உள்ள நிலையில் திகிலூட்டும்

துப்பறியும் கதைகள் எழுதுவதை விட்டுவிடப் போகிறேன் என்று ஒரு முறை எங்களிடம் சொன்னார். இன்றைய சம்பவத்துக்குப் பிறகு அவர் என்ன சொல்லுவார்?

நாங்கள் காத்திருந்தபோதே நிலா வெளிச்சம் கொஞ்சம் கொஞ்சமாக அதிகரித்துக் கொண்டே வந்தது. எங்கேயோ தொலைவில் ஒரு நாய் குரைக்கும் சத்தம் கேட்டது. பிறகு, அதுவும் நின்று, மீண்டும் அமைதி நிலவியது.

ஆனால், இந்த அமைதி வெகுநேரம் நீடிக்கவில்லை. இரண்டாவதாக ஒரு ஆள் படியேறி வந்து கொண்டிருந்தார். மல்லிக்கைப் போலவே இவரும் படிகளைக் கடந்து சமதளத்துக்கு வந்ததும் ஒரு கணம் நின்றார். பிறகு, தன் நடையைத் தொடர்ந்தார். எனினும், இது யார் என்பதை எங்களால் கண்டுபிடிக்க முடியவில்லை. ஏனென்றால், மல்லிக்கைப் போல இவர் சிகரெட் லைட்டர் எதையும் இயக்கவில்லை.

அவர் எங்களை நோக்கித்தான் வந்து கொண்டிருந்தார். கொஞ்சம் கொஞ்சமாக எங்களை நெருங்கிக் கொண்டிருந்தார். அவர் நடை மிகவும் மெதுவாக, அடிமேல் அடியெடுத்து வைப்பதாக இருந்தது. அப்போது, எந்த முன்னறிவிப்பும் இன்றி எங்கள் மேல் வந்து விழுந்த வலுவான ஒரு வெளிச்சம் எங்கள் கண்களைக் கூசச் செய்தது. அந்த ஆள் டார்ச் விளக்கு வெளிச்சத்தை நேராக எங்கள் கண்களின் மீது அடித்துக் கொண்டிருந்தார். காலடி சத்தமும் மிக அருகில் வந்துவிட்டது. பிறகு, குத்தலான தொனியில் ஒரு குரல் மென்மையாகப் பேசியது.

'நிலாவைப் பார்த்து கனவு கண்டு கொண்டிருக்கிறாயா குள்ளா? மிரட்டல் கடிதங்களை எழுத உனக்குக் கற்றுக் கொடுத்தது யார்? தசாவதாரக் குகைக்கு எட்டு மணிக்கு வா... அங்கே நீ இழந்ததை மீண்டும் பெறலாம்... இல்லையென்றால்... இதையெல்லாம் எங்கே கற்றுக்கொண்டீர்கள் பேராசிரியரே? வரலாற்றுப் பேராசிரியர்! அப்படித்தானே நீங்கள் சொன்னீர்கள்? இப்பொழுது நான் பேசுவது கேட்கிறதா? இல்லையென்றால் இன்னமும் செவிடு போலவேதான் நடிக்கிறீர்களா? அது போகட்டும். இந்த விஷயத்தில் நீங்கள் எப்படி மூக்கை நுழைத்தீர்கள்? உங்கள் குறிப்பேட்டில் எல்லாவற்றையுமே எழுதி வைத்திருக்கிறீர்கள், இல்லையா? நானே நேரடியாக அதைப் பார்த்தேன். 'ஃபோக்கர் விமானம் ஒன்று நொறுங்கி விழுந்தது', 'புவனேஸ்வரில் இருந்து யக்க்ஷி சிலை ஒன்று திருட்டு போனது, மேலும், எல்லோரா கைலாஷ் கோயில் மற்றும் விமான கால அட்டவணைகூட இருந்தது. உங்களோடு

ஏன் ஒரு சிறுவனையும் வைத்துக் கொண்டிருக்கிறீர்கள்? அவன் என்ன உங்கள் பாதுகாவலனா? என் வலது கையில் என்ன இருக்கிறது என்பதைப் பார்க்க முடிகிறதா?'

அவர் பேசத் தொடங்கிய உடனேயே அந்தக் குரலை நான் அடையாளம் கண்டுகொண்டேன். அது ரக்ஷித்தான். அவரது இடது கையில் டார்ச் விளக்கும் வலது கையில் கைத்துப்பாக்கியும் இருந்தன.

'நான்... நான்...' லால்மோகன் பாபு திணறினார்.

'பிதற்றுவதை முதலில் நிறுத்து!' ரக்ஷித்தின் குரல் உரக்க ஒலித்தது. 'அந்தப் பொருள் எங்கே?'

'இதோ இங்கேதான் இருக்கிறது. உங்களுக்காகத்தான் வைத்திருக்கிறேன்.' லால்மோகன் பாபு கையிலிருந்த யக்ஷி தலையை அவரிடம் நீட்டினார்.

ரக்ஷித் தனது வலது கையில் துப்பாக்கியை அசையாதபடி உறுதி செய்துகொண்டு, இடது கையால் அதை வாங்கிக்கொண்டார். 'உனக்குப் புரிகிறதா, எல்லோராலுமே இந்த விளையாட்டை விளையாட முடியாது?' இன்னமும் கோபத்துடனேயே அவர் தொடர்ந்தார். 'உன்னைப் போன்றவர்களுக்குப் பொருத்தமானதல்ல இது முட்டாளே.' அவர், பேசிக் கொண்டிருக்கும்போதே திடீரென நிறுத்திவிட்டார்.

விசித்திரமான ஒரு சம்பவம் நடக்கத் தொடங்கியது. பெரிய புகை மண்டலம் ஒன்று வேகமாகக் குகைக்குள் நுழைந்து தூண்கள், சிற்பங்கள், சிலைகள் அனைத்தையும் மூடத் தொடங்கியது. இதைக் கண்டு நாங்கள் திகைத்து நின்று கொண்டிருக்கும் போதே துப்பாக்கிக் குண்டைப் போன்ற வேகத்துடன் ஒரு குரல் வெளிப்பட்டது. ஃபெலுடாவின் குரல்தான் அது. நாங்கள் நின்று கொண்டிருந்த உறுதியான கல்தரையைப் போன்றே அவரது குரலும் கடுமையாகத்தான் இருந்தது. 'திரு. ரக்ஷித், ஒன்றல்ல இரண்டு துப்பாக்கிகள் இப்பொழுது உங்களைக் குறிபார்த்துக் கொண்டிருக்கின்றன. உங்கள் துப்பாக்கியைக் கீழே போடுங்கள். உம்... கீழே வீசி எறியுங்கள்.'

'என்ன, என்ன நடக்கிறது இங்கே?' ரக்ஷித் கத்தினார். அவரது குரலில் இப்பொழுது நடுக்கம் தெரிந்தது.

ஃபெலுடா பதிலளித்தார்: 'அதை நான் விளக்குகிறேன். கொடுஞ் செயல்களுக்காக உங்களைத் தண்டிப்பதற்காகத்தான் நாங்கள் இங்கே வந்துள்ளோம். ஒன்றல்ல இரண்டல்ல... நீங்கள், முதலில்

இந்திய வரலாற்றின் ஒரு பகுதியைச் சிதைத்து சேதப்படுத்தினீர்கள். இரண்டாவதாக, நமது பாரம்பரியத்தின் சில கூறுகளை வெளிநாட்டவர்களுக்கு விற்றிருக்கிறீர்கள். மூன்றாவதாக, சுபங்கர் போஸைக் கொலை செய்தீர்கள்.'

'இல்லை. பொய்… பொய்… இவை எல்லாமே பொய்!' ரக்ஷித் கத்தினார். 'போஸ் அந்தப் பள்ளத்திலிருந்து விழுந்துவிட்டார். அது ஒரு விபத்துதான்!'

'பொய் சொல்லுவது நீங்கள்தான். நீங்கள் பயன்படுத்திய கடப்பாரை போஸின் உடலிருந்த இடத்தில் இருந்து ஐம்பது மீட்டர் தூரத்தில், ஒரு கத்தாழைப் புதரில் இருந்து கண்டெடுக்கப்பட்டது. அதில் நிறைய ரத்தக் கறை இருந்தது. போஸ் தவறி கீழே விழுந்திருந்தால், அது உண்மையிலேயே விபத்தாக இருந்திருந்தால், அவர் நிச்சயமாக உதவி கேட்டு கத்தியிருப்பார். இங்கிருந்த காவலர்கள் எவருக்குமே அத்தகைய அலறல் எதுவும் கேட்கவில்லை. மேலும், நாம் அனைவரும் தங்கியிருக்கும் விடுதிக்குப் பின்னால், செடிகளுக்கிடையே ஒரு நீலநிறச் சட்டையை நீங்கள் ஒளித்து வைத்திருந்தீர்கள். அந்தச் சட்டையின் ஒரு துண்டு கிழிக்கப்பட்டிருந்தது. அதையும் நான் கண்டுபிடித்து விட்டேன். அந்தச் சட்டையின் துண்டும் போஸ் தன்கையில் வைத்துக் கொண்டிருந்த துணியும் ஒன்றேதான்…'

இதற்கு மேலும் கேட்பதற்கு ரக்ஷித் காத்திருக்க வில்லை. அவர் துள்ளிக் குதித்து, புகை மண்டலத்தைத் தாண்டி வெளியேற முயற்சித்தார். ஆனால், மூன்று வெவ்வேறு நபர்களின் மீது அவர் மோதிக்கொள்ள வேண்டியிருந்தது. எங்களுக்கு வலது பக்கத்தில் இருந்து ஜயந்த் மல்லிக் தனது டார்ச் விளக்கை ஒளிரச் செய்தார். இப்பொழுது என்னால் ஃபெலுடாவைக் காண முடிந்தது. அவர் தனது ஒப்பனையைக் கலைத்திருந்தார். அவருக்குப் பக்கத்தில் கோட்டேவும் ஒரு காவலரும் நின்று கொண்டிருந்தனர். கோட்டே, சற்றே தலை அசைத்தவுடன் அந்தக் காவலர் ரக்ஷித்தின் கைகளில் விலங்கை மாட்டினார்.

இப்பொழுது ஃபெலுடா, மல்லிக்கை நோக்கித் திரும்பிச் சொன்னார்: 'எனக்காக நீங்கள் ஒரு வேலை செய்யவேண்டும். அதோ அங்கே ஒரு குகை தெரிகிறதல்லவா, அதற்குள் ரக்ஷித்தின் மழைக்கோட் இடது பக்கத்தின் ஒரு மூலையில் ஒளித்து வைக்கப்பட்டுள்ளது. அதை தயவுசெய்து எடுத்து வரமுடியுமா? இதற்கு மேலும் இந்தப் புகை மண்டலத்துக்குள் இருக்க முடியாது.

தபேஷ் கிளம்பலாம். லால்மோகன் பாபு நீங்கள் நன்றாக இருக்கிறீர்கள் அல்லவா? இந்த வழியாக வாருங்கள்.'

***

அன்றிரவு உணவின்போது ஃபெலுடா அனைத்தையும் எங்களுக்கு விளக்கிச் சொன்னார். நாங்கள் விருந்தினர் மாளிகையில் உணவருந்திக் கொண்டிருந்தோம். எங்களுடன் குல்கர்னி, கோட்டே, மல்லிக் ஆகியோரும் இருந்தனர்.

'உங்களுக்குச் சொல்ல வேண்டிய முதல் விஷயம், ரக்ஷித் என்பது அவருடைய உண்மை யான பெயர் அல்ல. சட்டராஜ் தான் அவரது உண்மைப் பெயர். டெல்லியில் இருந்து செயல்பட்டு வரும் கடத்தல்காரர்கள் கும்பலில் அவரும் ஓர் உறுப்பினர். அவர்களது முக்கிய நோக்கம், மதிப்புள்ள பழைய கோயில் சிலைகளை, அல்லது சிலையின் சில பகுதிகளைத் திருடி, அவற்றை வெளிநாட்டவர்களிடம் விற்று, அதில் கிடைக்கும் கணிசமானத் தொகையால் தங்கள் பைகளை நிரப்பிக் கொள்வதுதான். இதுபோன்று வேறு சில கும்பல்களும்கூட இருக்க வேண்டும். இருந்தாலும், குறைந்தபட்சம் இந்த ஒரு கும்பலையாவது பிடிக்க முடிந்ததே. சட்டராஜ் எல்லாவற்றையும் ஒப்புக்கொள்ளும்படி செய்தாகிவிட்டது. எங்களுக்குத் தேவையான அனைத்துத் தகவல்களையும் பெற்றுவிட்டோம். அவர்தான் யக்ஷி தலையைத் திருடி, கல்கத்தாவுக்கு எடுத்து வந்து சில்வர்ஸ்டனிடம் விற்றிருக்கிறார். பிறகு, அந்த விமானம் விபத்துக்குள்ளானதைக் கேட்டதும் அந்த இடத்துக்கு விரைந்து சென்று, பானு என்ற அந்தப் பையனிடம் இருந்து வெறும் பத்தே ரூபாயைக் கொடுத்து சிலையைத் திரும்பப் பெற்றிருக்கிறார். பிறகு, லெவிஸனை பின்தொடர்ந்து எல்லோரா வரைக்கும் வந்திருக்கிறார். ஒரே கல்லில் இரண்டு மாங்காயை அடிப்பது என்றும் விரும்பியிருக்கிறார். லெவிசனுக்கு யக்ஷி தலையை விற்றுவிட்டு, கைலாஷில் இருந்து மற்றுமொரு சிலையை திருடிச் செல்லலாம் என்பதுதான் சட்டராஜின் திட்டம். ஆனால், துரதிருஷ்ட வசமாக இந்த இரண்டு காரியங்களையுமே அவரால் நிறைவேற்ற முடியவில்லை. லெவிஸன் அந்தச் சிலையை விலைக்கு வாங்குவதாக ஒப்புக் கொண்டிருக்கிறார். ஆனால், லெவிஸனிடம் கொடுப்பதற்கு முன்பாகவே அந்தச் சிலையை சட்டராஜ் தவறவிட்டு விட்டார். இதன் காரணமாக லெவிஸன் மிகவும் கோபமுற்று வெளியேறியிருக்கிறார். கைலாஷில் இருந்து ஒரு சிலையைத் திருடுவதிலும் அவர் வெற்றி

பெற்றிருக்கக்கூடும். ஆனால், இரண்டு விஷயங்கள் அவரைத் தடுத்து விட்டன. ஒன்று சுபங்கர் போஸ் திடீரென்று அந்த இடத்தில் தோன்றியது. மற்றொன்று பதினைந்தாம் எண் குகை முற்றத்துக்கு முன்னால் வந்து விழுந்த சிறிய கூழாங்கல்.'

ஃபெலுடா சற்றே பேச்சை நிறுத்திவிட்டு மூச்சு வாங்கினார். எனக்கு மேலும் குழப்பமா கியது. எனவே, வார்த்தைகள் என்னையும் அறியாமல் வெளிப்பட்டன. 'அப்படியானால் மல்லிக்கின் விஷயம் என்ன?'

ஃபெலுடா புன்னகைத்தார். 'ஜயந்த் மல்லிக் பற்றி சுலபமாக விளக்கி விடலாம். அது மிகவும் எளிமையானதுதான். என்றாலும், முதலில் என்னால்கூட இதைப் புரிந்துகொள்ள முடியவில்லை. உண்மையில் திரு. மல்லிக், சட்டராஜைப் பின்தொடர்ந்து வந்தவர்தான்.'

'ஏன்?'

'நான் ஏன் இவரைத் துரத்திக்கொண்டு வந்தேனோ அதே காரணத்துக்காகத்தான். என்னைப் போலவே அந்தச் சிலையை மீட்கவேண்டும் என்றுதான் இவரும் விரும்பினார். நானும் இவரும் ஒரே வேலையைத்தான் செய்கிறோம். ஆமாம், இவரும் என்னைப் போலவே ஒரு தனியார் துப்பறியும் நிபுணர் தான்.'

நான் திகைப்புடன் மல்லிக்கை ஏறிட்டுப் பார்த்தேன். அவர் எதுவும் சொல்லவில்லை. இருந்தாலும், அவர் புன்முறுவல் பூத்துக் கொண்டிருப்பதையும் ஃபெலுடாவை நோக்கி அவர் மேலும் விளக்கிக் கூறுவார் என்று எதிர்பார்த்துக் கொண்டிருப்பதையும் என்னால் காண முடிந்தது.

ஃபெலுடா மேலும் தொடர்ந்தார். 'இவரைப் பற்றி நான் விசாரித்த போது பம்பாயில் ஒரு துப்பறியும் நிறுவனத்தில் பணியாற்றுவதைக் கண்டுபிடித்தேன். ஒரு வழக்குத் தொடர்பாக சமீபத்தில் இவரை கல்கத்தாவுக்கு அனுப்பியிருந்தார்கள். மகாராணி மாளிகையில் இருந்த ஒரு நண்பரின் இல்லத்தில்தான் இவர் தங்கியிருந்தார். இவரது நண்பர் வெளியூருக்கு சுற்றுலாச் சென்றிருந்ததால் நண்பரின் காரையும் இவர்தான் பயன்படுத்திக் கொண்டிருந்தார். வழக்கமாக அந்த நிறுவனம் மேற்கொள்கின்ற வழக்குகள் எல்லாமே, பொதுவாக சாதாரணமானவையாகவும் குறிப்பிட்டுச் சொல்லமுடியாத அளவுக்கு மிகச் சிறியவையாகவுமே இருந்தன. இதனால், தன் வேலை குறித்து மல்லிக்குக்கு ஒருவித வெறுப்பு ஏற்பட்டிருந்தது. உற்சாகமளிக்கக்கூடிய, மேலும்

மதிப்புள்ள எதையாவது செய்து புகழ்பெற வேண்டுமென்றே அவர் விரும்பினார். நான் சொல்லுவது சரிதானே?'

மல்லிக் அதை ஒப்புக்கொண்டார். 'ஆமாம். முற்றிலும் எதிர்பாராத வகையில்தான் இந்த வழக்கில் நான் ஈடுபடுவதற்கு வாய்ப்பு ஏற்பட்டது. எனது பழைய வேலை ஒன்றுக்காகக் கடந்த வியாழக்கிழமை அன்று நான் கிராண்ட் ஹோட்டலுக்குப் போகவேண்டியிருந்தது. நான் நாகர்மாலின் கடைக்கு அருகே நின்று கொண்டிருந்தேன். அப்போது அமெரிக்காவில் இருந்து வந்திருந்த சுற்றுலாப் பயணி ஒருவர் அவரிடம் இந்த யக்ஷி தலையைக் காண்பிப்பதைப் பார்த்தேன். அந்த நேரத்தில் இந்த விஷயத்தில் அவ்வளவாக நான் கவனம் செலுத்தவில்லை. அப்போது நான் தெரிந்து கொண்டதெல்லாம் அந்த ஆள் மிகவும் வசதியானவர் என்பதும் அவரது பெயர் சில்வர்ஸ்டன் என்பதும்தான். ஆனாலும், அடுத்த நாள் காலையில் விமான விபத்தைப் பற்றியும் அந்த நபர் அதே விமானத்தில் இருந்தார் என்பதையும் நான் கேள்விப்பட்டதும் சிலையைத் திரும்பப் பெறமுடியும் என்று எனக்குத் திடீரென்று தோன்றியது. புராதன

கலைப் பொருள்களைப் பற்றி எனக்கு அதிகமாகத் தெரியாது. இருந்தாலும், சில்வர்ஸ்டன் வைத்திருந்த அந்தச் சிற்பம் மிகவும் விலை உயர்ந்தது என்பது மட்டும் எனக்குத் தெரிந்திருந்தது. எனவே, அதை மட்டும் திரும்பப் பெற முடிந்தால், பத்திரிகைகளில் அந்தத் தகவல் வரும். அது நான் பணிபுரியும் நிறுவனத்துக்கு நல்லதாக இருக்கும் என்று நினைத்தேன். எனவே, பம்பாயில் இருந்த எனது மேலதிகாரிக்குத் தொலைபேசியில் நான் என்ன செய்ய விரும்புகிறேன் என்பதைத் தெரிவித்தேன். அவர் அதற்கு ஒப்புக்கொண்டதோடு, தொடர்ந்து இதுபற்றி தகவல் தெரிவிக்குமாறும் கூறினார். உடனடியாக நான் சித்திக்பூருக்குப் புறப்பட்டுச் சென்றேன். எனினும், காலம் கடந்து விட்டிருந்தது. சட்டராஜை நான் ஐந்தே நிமிடங்கள் இடைவெளியில் கோட்டை விட்டுவிட்டேன். அவர் எனக்கு முன்பாகவே அங்கு சென்று அந்த யக்ஷி தலையைத் திரும்ப வாங்கியிருந்தார். அதற்கு மேல் எதுவும் செய்ய இயலாது என்றுதான் நான் நினைத்தேன். ஆனால் ...'

'அவரது காரின் நிறம் என்னவென்று உங்களுக்கு நினைவிருக் கிறதா?' ஃபெலுடா இடைமறித்துக் கேட்டார்.

'மிக நன்றாகவே நினைவிருக்கிறது. அது ஒரு நீல நிற ஃபியட் கார். சட்டராஜை பின்தொடர்ந்து செல்வது என்று நான் முடிவு செய்தேன். ஆனால், வழியில் சில புதிய பிரச்சனைகளை எதிர் கொள்ள வேண்டியிருந்தது. ஒரு டயர் வெடித்துவிட்டது என்றால் தேவையில்லாத தாமதம் என்றுதான் பொருள். எனவே, தாற்காலிகமாக அவரைத் தவறவிட்டேன். எனினும், இந்த விஷயத்தைக் கைவிட்டுவிடக் கூடாது என்பதில் மிகவும் உறுதியாக இருந்தேன். அந்தச் சிலையை மீண்டும் விற்பதற்கு அவர் முயற்சி செய்வார் என்று எனக்குத் தெரியும். எனவே, நான் மீண்டும் அதே கிராண்ட் ஹோட்டலுக்குச் சென்றேன். கொஞ்சநேரம் அங்கே காத்திருந்து இறுதியில் அவரைக் கண்டுபிடித்துவிட்டேன். பிறகு, அவரைப் பின்தொடர்ந்து ரயில் முன்பதிவு அலுவலகம் வரை சென்றேன். அவர் அவுரங்காபாத்துக்கு ஒரு பயணச்சீட்டு வாங்கினார். நானும் வாங்கினேன். அப்பொழுதும்கூட அவர் கனமான பையைக் கையில்தான் வைத்திருந்தார். எனவே, அந்தச் சிலையை அவர் தனது கையிலிருந்து கைமாற்ற முடியவில்லை என்பது உறுதியாயிற்று. பின்பு, நான் தங்கியிருந்த அடுக்குமாடி குடியிருப்புக்கு வந்து பம்பாய் அலுவலகத்தை தொலைபேசியில் அழைத்து அனைத்தையும் தெரிவித்தேன்.'

'ஆமாம். அதைப் பற்றி எங்களுக்குத் தெரியும். 'மகள் மீண்டும் அப்பாவிடம் திரும்பி வந்துவிட்டாள்' என்று நீங்கள் கூறியிருந்தீர்கள். 'அப்பா என்று உங்களையல்ல, சட்டராஜைத்தான் குறிப்பிடுகிறீர்கள் என்பதுதான் எங்களுக்குத் தெரியாதது.'

மல்லிக் சிரித்துக்கொண்டே தொடர்ந்தார். 'திருடப்பட்ட சிலையைக் கைப்பற்றுவதற்கு சரியான தருணத்தை எதிர்பார்த்துக் காத்திருந்தேன். அதே நேரத்தில் அந்தத் திருடனையும் கையும் களவுமாகப் பிடிக்க முடிந்திருந்தால் இன்னும் நன்றாக இருக்கும் என்றும் எனக்குத் தெரியும். ஆனால், அது மிகவும் கடினமாகத்தான் இருந்தது. எப்படியிருந்த போதிலும், நேற்றிரவு நான் கைலாஷ் கோயிலுக்கு அருகே மறைந்து நின்றிருந்தேன். பங்களாவில் இருந்து அனைவரும் குகைகள் இருந்த திசையில் சென்றதைப் பார்த்ததும், நான் உடனே திரும்பி வந்து, துப்புரவு செய்பவர்கள் நுழையும் வாசல் வழியாக உள்ளே நுழைந்து சட்டராஜின் அறையிலிருந்து அந்தச் சிலையை அகற்றி விட்டேன்.'

'அப்படியா?! உங்களை ஒரு துப்பறியும் நிபுணர் கவனித்துக் கொண்டிருக்கிறார் என்று எப்போதாவது உணர்ந்தீர்களா?'

'இல்லை. அதனால்தான் நீங்கள் என்னைக் கைது செய்தபோது பேச்சடைத்து நின்றுவிட்டேன். அப்பொழுது என்னைப் பார்த்தால் பரம முட்டாளாகத்தான் தோன்றியிருக்கும்!'

கோட்டே பலமாகச் சிரிக்கத் தொடங்கினார். இந்த இடத்தில் ஃபெலுடா கதையைத் தொடர்ந்தார். 'பல மைல் தூரத்துக்கு அதே காரில் நீங்கள் லெவிஸனுடன் பயணம் செய்த போதிலும், அந்தச் சிலையை அவருக்கு விற்க முயற்சிக்கவில்லை என்றபோதே, நீங்கள் குற்றமற்றவர் என்பதை நான் உணர்ந்துவிட்டேன். நீங்கள் ஒரு துப்பறியும் நிபுணர் என்று ஏற்கெனவே தெரிந்திருந்த போதிலும், அதுவரையில் சந்தேகத்துக்குரிய நபர்கள் பட்டியலில் இருந்து உங்களை நீக்க முடியவில்லை.'

'ஆனால், சட்டராஜும் உங்கள் பட்டியலில் இருந்தார் அல்லவா?'

'ஆமாம். ஆனால், ஒன்றை மட்டும் நினைவில் வைத்துக் கொள்ளுங்கள். முதலில் சிறிய சந்தேகத்துக்கு மேலாக எதுவும் இல்லை. பழைய கைப்பெட்டியின் மேல் அவரது பெயர் புதிய பெயிண்ட்டால் எழுதப்பட்டிருந்ததைப் பார்த்த பிறகுதான், அந்தப் பெயர் போலியாக இருக்கக்கூடுமோ என்று நான் யோசித்தேன். பிறகு, அவர் மழைக்கோட்டை அணிந்துகொண்டு வெளியே சென்றார் என்று லால்மோகன் பாபு எங்களிடம் நேற்று

கூறியிருந்தார். நாங்கள் பதினைந்தாம் எண் குகையைக் கடந்து சென்றபோது, யாரோ அதற்குள் இருப்பதை கவனித்து, அந்தக் குகையின் முற்றத்தில் ஒரு கூழாங்கல்லை விட்டெறிந்தேன். அதன் விளைவாக அந்த ஆள் ஓடிப் போய்விட்டார். பிறகு, நான் அந்தக் குகைக்குள் சென்று, சுற்றுமுற்றும் நன்றாகத் தேடத் தொடங்கினேன். பெரிய குகைக்குப் பின்னால் இருந்த சிறிய குகை ஒன்றில் மழைக்கோட்டு இருப்பதைக் கண்டேன். அதற்குள் ஒரு பெரிய பொட்டலமும் இருந்தது; ஒரு சுத்தியல், உளி மற்றும் ஒரு நைலான் கயிறு ஆகியவையும் இருந்தன. எல்லாவற்றையும் அப்படியே விட்டுவிட்டு வந்துவிட்டேன். ரக்ஷித் சட்டராஜ் என்றும் சொல்லலாம் தான் உண்மையான குற்றவாளி என்பது நன்றாகவே தெரிந்துவிட்டது. நாங்கள் விடுதிக்குத் திரும்பிச் சென்றபோது, அறைக்குள் எதையோ அவர் தீவிரமாகத் தேடிக் கொண்டிருப்பதைப் பார்த்தோம். உண்மையில் அவருக்கு புத்தி பேதலித்து விட்டது போலவேதான் நடந்துகொண்டார். அது நியாயமானதும்கூட. ஏனென்றால், விலை மதிப்புள்ள சிலை காணாமல் போயிருந்தது. இன்று காலையில் நீங்கள் பம்பாய்க்குத் தொலைபேசியில் மகள் நன்றாக இருப்பதாகக் கூறியதாக குல்கர்னி என்னிடம் சொன்னார். அப்படியென்றால் திருடப்பட்ட சிலை உங்களிடம்தான் இருக்கிறது என்றுதான் அர்த்தம். எனவேதான் உங்களைக் கைது செய்ய வேண்டியதாயிற்று.'

ஸ்பெலுடா பேச்சை நிறுத்தினார். யாரும் எதுவும் பேசவில்லை. சிறிது நேர அமைதிக்குப் பிறகு அவர் பேச்சைத் தொடர்ந்தார். 'சிலைகள் பற்றியும் திருடர்களைப் பற்றியும் நாம் கவலைப்பட்டுக் கொண்டிருந்தபோது, சுபங்கர் போஸ் கொலை செய்யப்பட்டார். அவரது உடலைப் பரிசோதித்தபோது, அவரது ஒரு கையில் நீலநிற துண்டுத் துணியை நாங்கள் கண்டெடுத்தோம். நேற்று நீங்கள் நீல நிற சட்டையைத்தான் அணிந்திருந்தீர்கள். இருந்தாலும், ஏற்கெனவே சட்டராஜின் மேல் சந்தேகம் விழுந்திருந்த நிலையில், உங்களைப் பற்றி நான் நினைக்கவில்லை. உண்மையில் நடந்தது என்னவென்றால், எனக்கு முன்பாகவே அவர் இறந்து கிடந்தவரின் உடலை அணுகி, நாடியைப் பரிசோதிப்பது போல நடித்து, இறந்தவரின் கையில் அந்தத் துண்டுத் துணியைத் திணித்திருந்தார். போஸின் மரணத்துக்கு வேறு யார் மீதாவது சந்தேகத்தை திருப்புவது சட்டராஜுக்கு அவசியமாக இருந்தது. சட்டராஜின் சொந்த சட்டையில் இருந்து கிழிக்கப்பட்ட துணிதான் அது.

ஒரு துண்டுத் துணியைக் கிழித்துவிட்டு அந்தச் சட்டையை பங்களாவுக்குப் பின்னால் இருந்த செடி புதர்களுக்கு இடையே ஒளித்து வைத்திருந்தார். நானே அதைக் கண்டெடுத்தேன்.

'சட்டராஜுவுக்கு எதிராக ஓரளவுக்கு ஆதாரங்களை என்னால் திரட்ட முடிந்தபோதிலும், இந்தக் கொலைக்கும் திருட்டுக்கும் அவர் மீது குற்றம் சுமத்துவதற்கு அவை மட்டுமே போதுமானதாக இருக்கவில்லை. என்ன செய்வது என்று நான் யோசித்துக் கொண்டிருந்தபோதுதான், தங்கள் பொருள்களை யாரோ சோதனை செய்திருக்கிறார்கள் என்று தபேஷும் லால்மோகன் பாபுவும் என்னிடம் கூறினார்கள். அது சட்டராஜுவாகத்தான் இருக்க வேண்டும். ஏனென்றால், அவர்தான் விலை உயர்ந்த ஒரு பொருளை இழந்திருக்கிறார். எனவே, எங்கு பார்த்தாலும் அவர் அதைத் தேடுவது இயற்கைதான். லால்மோகன் பாபுவின் கைப்பெட்டியில் அவரது குறிப்பேடும் இருந்தது. அதில் புவனேஸ்வரில் சிலை திருட்டு நடந்தது, சில்வர்ஸ்டீன் மற்றும் அவரது விமானம் விபத்துக்குள்ளானது ஆகியவை குறிப்பாக எழுதப்பட்டிருந்தது. சட்டராஜ் அனைத்தையும் நிச்சயமாகப் படித்திருப்பார். அச்சமடைந்த அவர், லால்மோகன் பாபுதான் இந்த உண்மையைக் கண்டு பிடித்துவிட்டார் என்றே கருதுவார் என்பது எனக்கு உடனே புரிந்துவிட்டது. எனவே அவருக்கு, லால்மோகன் பாபு எழுதியதைப் போன்ற எண்ணம் எழும் வகையில் ஒரு சிறிய குறிப்பை அனுப்பிவைத்தேன். அந்தக் குறிப்பில் இரவு எட்டு மணிக்கு தசாவதார குகைக்கு வந்து தன்னைச் சந்திக்குமாறு லால்மோகன் பாபு கூறுவது போல் சட்ட ராஜுவுக்கு எழுதியிருந்தேன். அதற்கு முன்னால், முந்தைய நாளிரவு கைலாஷில் சிலையைத் திருட முயன்றவன் கைது செய்யப்பட்டான் என்று நான் சட்டராஜிடம் சொன்னேன். இது அவரை அமைதிப்படுத்தும்; ஜாக்கிரதையாக இருக்கவேண்டும் என்று உணர்வைத் தவிர்க்க இது உதவும் என்று எனக்குத் தெரியும்.'

'ஆட்டுத்தாடி வைத்திருந்த ஆள் நீங்கள்தானா?' என்று நானும் லால்மோகன் பாபுவும் ஒரே நேரத்தில் குரலெழுப்பினோம்.

ஃபெலுடா சிரித்துக்கொண்டே தொடர்ந்தார். 'ஆமாம், அது என்னுடைய இரண்டாவது வேஷம். உங்கள் அருகே இருக்க வேண்டும் என்று நான் நினைத்தேன். ஏனென்றால் அபாயகர மான ஒரு எதிரியோடு நாம் மோதிக் கொண்டிருக்கிறோம். எப்படியிருந்தாலும், என் பேச்சு ஒரு வகையில் அவரை

ஏமாற்றிவிட்டது. கடுமையான சில வார்த்தைகளைச் சொல்லுவதன் மூலம் லால்மோகன் பாபு அந்தச் சிலையைத் திரும்பத் தந்துவிடுவார் என்றும், மீண்டும் ஒரு முறை தான் எளிதாகத் தப்பிவிடலாம் என்றும் அவர் நினைத்துக் கொண்டுவிட்டார். அதற்கடுத்து என்ன நடந்தது என்பதுதான் உங்கள் அனைவருக்கும் நன்றாகத் தெரியுமே.

'இன்னும் ஒரே ஒரு விஷயம் மட்டும்தான் சொல்லுவதற்கு பாக்கி இருக்கிறது. இந்தக் கூட்டத்தைப் பிடித்ததில் மல்லிக் மற்றும் அவரது நிறுவனத்துக்கு முழு பங்கு அளிக்கப்படும். திருகோட்டேவுக்குப் பதவி உயர்வு அளிக்கப்படவேண்டும் என்றும் நான் கேட்டுக்கொள்வேன். முக்கியமானதொரு பங்கினை வகித்ததற்காக திரு. குல்கர்னிக்கும் எனது நன்றியைத் தெரிவித்துக் கொள்வேன். துணிவு மற்றும் வீரத்துக்கான பதக்கம் ஏதாவது தரப்பட வேண்டுமென்றால், அது தபேஷ் ரஞ்சன் மித்தர் மற்றும் லால்மோகன் கங்கூலி ஆகிய இருவருக்குமே கூட்டாக வழங்கப் படவேண்டும்.'

'பலே! பலே!!' மல்லிக்கும் மற்றவர்களும் உற்சாகமாகக் கைதட்டினார்கள்.

இந்தக் கரவொலி சற்றே தணிந்ததும் லால்மோகன் பாபு ஃபெலுடாவை நோக்கித் திரும்பி லேசான தயக்கத்துடன் கேட்டார்: 'அப்படியென்றால்... இந்த முறை எனது ஆயுதம் பயன்படவே இல்லை?'

இதைக் கேட்டதும் ஃபெலுடா மிகவும் வியப்படைந்தது போல் தோன்றியது. 'பயன் படவில்லையா? நீங்கள் என்ன சொல்லுகிறீர்கள்? அந்தப் புகை மண்டலம் எங்கிருந்து வந்தது என்று நினைத்துக் கொண்டிருக்கிறீர்கள்? அது ஒன்றும் சாதாரண வெடிகுண்டு இல்லை சார். அது என்னவென்று உங்களுக்குத் தெரியுமா? ராணுவத்திற்கென்றே சிறப்பாக உருவாக்கப்பட்ட முந்நூற்று ஐம்பத்தாறு மெகா டன் எடையுள்ள புகை மண்டலத்தை உருவாக்கிய வெடிகுண்டு அது! இப்போது புரிந்ததா?'